संभा

EK GUPTAHER

डॉ.सुरेंद्र लभडे

अनुक्रमणिका

1. सस्पेंडेंड ॲनिमेशन 1

2. प्रेशियस डायमंड 40

3. रिंचोस्टाईलीश 85

1

सस्पेंडेंड ॲनिमेशन

जसे अंजनीपुत्राने आपले दोन्ही हात पसरवुन सुर्याला गिळंक्रुत करण्याठी आकाशात झेपावे, त्याप्रमाणे धरनी मातेच्या व्रूक्षरुपी पुत्र पदम आणि ब्राम्हनी यांनी आपले बाहुपाश आकाशात पसरवुन सुर्य किरने गिळंक्रुत करुन जमीनी वरती शितळ प्रकाश प्रेरीत केला होता. वाळलेल्या व्रुक्षांची पाने जशी हवेच्या झोताने गिरक्या घेत हळुवार पणे जमीनी वरती पडावी तसे बारीक बारीक बर्फाचे तुकडे संथपने जमीनीवरती पडत होती. जसे हळव्या आणि मनमोकळ्या मनाने स्वप्नांच्या बागेत स्वछंद पने लपंडाव खेळावा, आणि कोमेजुन गेलेल्या मनाच्या ओंठावर मंद स्मित फुलवावे. तसे मंद आणि गार वारा व्रूक्षवल्लींमधुन फिरुन त्यांच्या पानांना गुदगुदल्या करुन खळखळ हसवत होता. परिजातकाच्या झाडाखाली जसा सडा पडावा आणि आजुबाजूच्या वातावरणात सौंदर्याची भर घालावी त्याप्रमाने आकाशातुन बर्फाचा बारीक सडा पडुन जमिनीचे सौंदर्य फुलले होते. उन लागु नये म्हणुन आई जसे आपल्या मुलाला कुशीत घेऊन अंगावरती मऊ मखमलिचे पांघरुन घालते त्याप्रमाने हिमालयातील उंच डोंगरांना अकाशाने आपल्या कुशीत घेवुन त्यांवरती बर्फाचे पांगरुन घातले होते.

हिमालयातील ह्या सगळ्या मोहक वातावरणाचा आनंद घेत, डिटेक्टिव संभा आपल्या घरासमोरील बागेत तर्कशास्राचा अभ्यास करत कसला तरी तर्क लावत बसला होता. वयाने लहान असला तरी ज्ञानाचा आणि अनुभवांचा झरा त्याच्या डोक्यात नेहमी वाहायचा. सहा फुट ऊंच,साळस माश्यासारखे सुंदर डोळे,पण गरूडा सारखी दुरवरूनही नेमके भक्ष शोधावे तशी धारदार नजर,उभा चेहरा,कसलाही सुक्ष्म आवाज झाला तरी त्या आवाजाला टिपणारे लक्षवेधी कान,भरदार छाती,हरणासारखे चपळ शरीर,रंगबदलविणार्या सरड्या सारखे तोही आपला

पोषाख,आणि पेहराव बदलण्यात चालाख.

नेहमी वाचण्याची आवड,वेळ मिळेन तिथेच वाचणात तल्लीन होउन जायचा. अनेक भाषांवरील आणि विषयांवरील परीपक्व ज्ञान. रसायनशास्राचे नेहमीचेच अवघड पण त्याच्यासाठी सोपे वाटणारे प्रयोग. एकदा की एखादा प्रयोग करण्यास किंवा कसले पुस्तक वाचन्यास घेतल्यास तो तासंनतास त्यातच गुंग झालेला असे. फॉरेन्सिक विज्ञानामध्ये कमालीचे ज्ञान अवगत केले होते. कुणाच्यातरी अधिपथ्याखाली काम करने संभाला केव्हाच आवडत नव्हते,त्यामुळे त्याने खाजगी गुप्तचर होण्याचाच निर्णय घेतला होता. प्रत्येक निर्जीव वस्तू आपल्याला कुठल्या न कुठल्या प्रसंगाची माहिती सांगत असते परंतु ते ऐकण्यासाठी आपल्या चाणाक्ष नजरेवर भावनिक,काल्पनिक आणि तार्किक आच्छादनाचा चस्मा लागतो,अशी त्याची समजूत होती. गुन्हेगारांना पकडण्याच्या क्षेत्रामध्ये अव्वल दर्जाचे स्थान हे संभाचेच होते.

संभा सिगारेट ओढत उजवा पाय गुढग्यात मुडपुन डाव्या पायावर ठेउन सिगारेटचा धुर हवेत सोडत खुर्चीत बसला होता. सिगारेटच्या वाढत्या धुरासोबतच डोक्यातील विचारही वाढत चालले होते. इतक्यात दारावर थाप पडली,हातातील सिगारेट विझवुन समोरील टेबलावरती ठेउन संभाने दार उघडले. बाहेर एक मुलगी उभी होती. वय साधारण चोवीस-पंचवीस असेन. अतिशय सुंदर,पानीदार डोळे,सफेद आणि काहीसे काळ्या कलरचे मुलायम केस,गुबगुबीत गाल,तंबाट्या सारखे लाल ओठ,एखाद्या छान तलावाच्या कडेला सुंदर एका रेषेत छानशी फुलबाग असावी आणि त्या बागेमुळे तो तलाव सुबक दिसावा त्याप्रमाणे तिच्या पाणीदार डोळ्यांसभोवतीच्या रेखीव पापण्यामुंळे ती अतिशय आकर्षक वाटत होती. परंतु तिचा चिंताजनक चेहरा, तिच्या मनातील काहितरी व्यथा सांगत होता. तिचा पेहराव आणि राहनीमान बघुन ती नक्कीच भारतातील नाही याचा अंदाज येत होता.

"डिटेक्टिव संभा तुम्हिच का?"

तिने विचारले.

“हो तुम्ही योग्य पत्त्यावर आलेले आहात”

असे बोलुन संभाने तिला आदरपुर्वक आतमध्ये बोलावले,बसण्यास खुर्ची दिली. ती थोडिसी शांत झाल्यावर संभाने येण्याचे कारण विचारले. तिचे बालपण भारतामध्येच गेलेले असल्याकारणाने तिला हिंदि भाषेची बऱ्यापैकी ओळख झालेली होती.

"माझे नाव मेरी. मी मुळची अमेरीकेत असलेल्या कैलिफोर्नियातील क्यामरेल गावची. शिमला मध्ये माझी आत्या राहते. काही दिवसांनपुर्वीच मी भारतात आले,ते खुप काही दु:ख घेवुन. काही प्रसंग आठवले की मला खुप भिती वाटते आणि हल्ली मी झोप तर पुर्णपणे विसरले. माझी ही परिस्थिती माझ्या आत्याला काही बघवत नव्हती. तिने मला अनेकदा तुमच्याकडे येण्याचा सल्ला दिला पण मी त्या गोष्टीकडे दुर्लक्ष करायची. पण माझी भिती दिवसेंदिवस वाढतच चालली होती. त्यामुळे न राहवुन आज तुमच्याकडे येण्याचा निर्णय घेतला".

अजुनही ती गोंधळलेल्या अवस्थेतच बोलत होती.

"माफ करा पण मला येण्यास जरा उशीर झाला. मी सकाळी लवकरच उठली होती परंतु"...(तिच्या चेहऱ्यावरील अविश्वासाची छटा आणि बोलण्यातील अडखळता पना पाहून संभा तिचे बोलणे मध्येच थांबवत बोलू लागला...)

"परंतु सकाळी तुम्हाला रेल्वे स्थानकावरती जाण्यासाठी कुठलीच गाडी लवकर मिळाली नाही. त्यामुळे बराच प्रवास तुम्ही पायी केला. रेल्वे स्थानकावर पोहचल्यानंतर तुम्हाला समजले की काही वेळेपुर्वीच रेल्वे निघुन गेलेली होती, त्यानंतरची रेल्वे काही वेळानंतर होती परंतु काही काही अडचणीमुळे ती रेल्वे येण्याची रद्द झाली, मग तुम्ही खाजगी गाडी करुन नेरुळ पर्यंत आलात, तिथे बराच वेळ वाट बघितल्यानंतर तुम्ही रामलाल यांच्या लाल रंगाच्या घोडा-गाडी मध्ये उजव्या बाजुला बसुन किमान एक तास प्रवास केला त्यातील अर्धा तास तुम्हाला प्रवास चांगला झाला असेल आणि उरलेला वेळ एकदम कंटाळवाना,घोडा गाडीतुन उतरल्यानंतर काहीश्या अंतरांपासुन तुम्ही पायी चालुन तुमचा इथपर्यंतचा प्रवास पुर्ण केला. आणि या सर्व गोष्टींमुळे तुम्हाला इथपर्यंत पोहचण्यास उशीर झाला."

हे सर्व ऐकुन मेरी अवाक् झाली. आपण योग्य आणि हुशार व्यक्तीकडे आलेलो आहे असे वाटुन तिच्या चेहऱ्यावर थोडेसे स्मित खुलले पण ते फार वेळ टिकु शकले नाही. तिच्या चेहऱ्यावरील स्मित हळु हळु कमी होवुन त्याची जागा आता एका गंभीर आणि चिंताजनक चेहऱ्याने घेतली होती. अनेक विचार तिच्या डोक्यात डोकु लागले होते,की का कुणास माहित ही व्यक्ती माझा पाठलाग तर करत नव्हती ना? मी येण्याची माहीती या व्यक्तिस कुणी दिली असावी? मावशी ने तर यांस कळवले नसेल? पण रस्त्याने तर दुसरे कुणी दिसत नव्हते. शेवटी न राहवुन तिने विचारले की तुम्ही ही माहीती इतकी हुबेहुब कशी सांगितली? कृपया मला सांगा. माझ्या मनात अनेक विचार गोंधळ घालत आहेत. तुम्ही सांगितल्यास गैरसमजुतीने माझ्या डोक्यात आलेले विचार पण थांबतील."

समोरील टेबलावरील पाण्याचा भरलेला ग्लास उचलुन संभाने मेरीच्या दिशेने नेत तिला ग्लास घेण्यास सुचविले. आणि तिला धिर देत सांगण्यास सुरवात केली.

“तुम्ही इथे आल्यानंतर आत मध्ये प्रवेश केला त्यावेळेस तुम्ही एक चुळगळलेला कागद हातातुन खाली टाकला. ते रेल्वेचे टिकीट होते,त्यावरती रेल्वे टिकीट ऑफिसचा हिरव्या रंगाचा एक शिक्का आहे. प्रवाशांनी बुकिंक केलेल्या पण त्यांचा काही कारणोस्तव उशीर झाल्यामुळे निघुन गेलेल्या रेल्वेच्या बदल्यात त्या प्रवाशाला त्याच मार्गाने जाणार्या. दुसर्या रेल्वे मध्ये बसण्यास परवानगी मिळावी ह्या साठी हिरव्या रंगाचा शिक्का मारतात. ह्या वरुन असे समजते की तुम्हाला रेल्वे स्थानकावर पोहचण्यास उशीर झाला असावा. आणि त्यामुळे तुमची ट्रेन तुम्ही पोहचण्या अगोदर त्या स्थानकावरुन निघुन गेली. त्याच टिकीट वरती पुढील रेल्वेने प्रवास करण्याची परवानगी तुम्ही तेथे उपस्थित असलेल्या स्टेशन मास्तर कडुन मिळवली. परंतु काही अडचणी मुळे नेरुळ कडे येणारी दुसरी रेल्वे रद्द झाली असावी. त्यामुळे तुम्हास राग आला असावा म्हणुन तुम्ही हातातील टिकीट चुरगाळुन खाली टाकले असणार पण त्या टिकीच्या मागिल भागावरती माझा पत्ता तुम्ही लिहीलेला होता हे लक्षात आल्यावर तुम्ही ते चुरगळलेले आणि टाकलेले टिकीट पुन्हा उचलुन घेतले असणार. सकाळी लवकर उठलात हे तुम्ही सांगितले पण तरीही तुम्ही रेल्वे स्थानकावर वेळेत पोहचले नाहीत म्हणजे तुम्हाला तिथपर्यंत पोहचण्यास काही साधन मिळाले नसल्यामुळे तुम्ही तुमचे घर ते रेल्वे स्थानक हा प्रवास पायी केला हे निश्चित. त्यानंतरची रेल्वे तुम्हाला मिळाली असती तर तुम्ही दुपारी एक वाजेपर्यंत इथे पोहचला असता. आता तिन वाजलेत, म्हणजेच तुम्ही खाजगी वाहनामधुन प्रवास केला असेल. नेरुळ स्थानकापासुन इथपर्यंत येण्यासाठी फक्त रामलाल याच्या घोडागाडीची एकच सवारी उपलब्ध आहे. त्यांनी कालच त्यांच्या घोडागाडीला लाल रंग दिला आहे, आणि तोच रंग थोड्या प्रमाणात तुमच्या उजव्या अंगाला बाही वरती आणि पँट वरती लागलेला आहे, त्यानुसार तुम्ही घोडागाडीच्या उजव्या बाजुने बसले असावेत. रामलाल चा स्वभाव खोडकर,नेहमी बोलणारा आणि चेहरा हसरा आहे. तो कुणाचाही वेळ मारुन नेण्यात फार पटाइत असला तरी तो तेवढाच भित्रा पण आहे. अंधार आणि जंगल या गोष्टींना पुरता घाबरणारा आहे. नेरळ मधुन सवारीत बसल्यानंतर घोडा-गाडीच्या वेगाने अर्ध्या तासाच्या अंतरात फारशी झाडे नाहीत, आणि तेवढ्या वेळात रामपालची बडबड,आणि केव्हा जुनी तर केव्हा नविन गाणि त्याच्या मधुर सुरात सतत चालु असतात. नविन व्यक्तिस ती गानी समजली नसेल तरी त्याच्या मनमोहक सुरात आणि घोड्यांच्या टापांच्या व गाडीच्या

चाकाच्या संगीतात **ऐकण्यास** फारच रोमहर्षक वाटतात. त्यामुळे तुमचा अर्धा तासाचा प्रवास हा मजेत गेला असेल असे मी सांगितले. इथुन पुढिल प्रवासात दाट झांडामुळे थोडासा अंधार दिसतो. अंधारात बोलल्यास किंवा काहि आवाज केल्यास जंगली पिशाचर त्या आवाजाच्या दिशेने येवुन माणसाचे रक्त पितात असा रामलालल चा घोर परिपक्व समज आहे. त्यामुळे तिथुन पुढे तो एक शब्दही न बोलता अगदी शांत बसतो. सवारीत बसलेल्या व्यक्तिला सुद्धा तो बोलु देत नाही. इतक्या वेळ बडबड करणारा व्यक्ती अचानक पणे चेहरा गंभीर करुन इतका शांत का बसला असावा? हा विचार करत तिथुन पुढिल प्रवास शांतेतत व बेकारीचा जातो, त्यामुळे शेवटचा अर्धा तासाचा प्रवास तुम्हाला कंटाळवाणा गेला असावा."

मेरीच्या चेहर्यावर आता आश्चर्याच्या छटा आणि नजरेत विश्वासाची लहर दिसत होती. हि व्यक्ति आपली नक्किच मदद करु शकतिल असा विचार तिच्या मनात घर करु लागला.

"आता तुम्ही बिनधास्तपणे आपली हकिकत कुठलिही माहीती न लपवता पुर्णपणे मला सांगा. जेणेकरून तुमच्या आयुष्यातील अडचण दुर करण्यास मी मदद करेन".

संभाने तिला आश्वासन दिले.

"मी मुळची अमेरीकेत असलेल्या कैलिफोर्नियातील कॅमरेल गावची. माझ्या वडिलांचे नाव जॅक्सन. खुप प्रेमळ आणि कष्टाळु होते. मी लहान असताना हृदय विकाराच्या आजाराने माझ्या आईचे निधन झाले. तेव्हा पासुन वडिलांनीच माझे संगोपन केले. शेती हा आमचा मुख्य व्यवसाय,त्यातुनच थोडेफार उत्पन्न मिळत असे. पण तरिही डॅड मला हव्या असणार्या बहुतेक गोष्टी पुरवीत असत. स्वभाव जरी प्रेमळ असला तरी ते कुणाशी जास्त बोलत नव्हते, त्यामुळे गावामध्ये त्यांचे मित्रही फारच कमी होते. कैलिफोर्नियातील जेम्स मैक हे त्यांचे चांगले मित्र. बर्याच वेळेस ते डॅड ला आणि मला भेटण्यासाठी येत असत. आणि तासनतास गप्पा मारण्यात रंगुन जात असत. त्यांचा स्वभाव अगदी मनमिळावु होता. ते आल्यानंतर मला नेहमी गोष्टी सांगत असत. शेतीतील उत्पन्न कमी असल्यामुळे पैशांची नेहमी गरज पडत असे. ही गोष्ट डॅड अनेक वेळेस जेम्स अंकल ला सांगत असत. आणि अंकल त्याना शहरात नोकरी मिळवुन देण्याचे आश्वासन देत असत. एके दिवशी जेम्स अंकल ने डॅड साठी एक नोकरी शोधली. मि. रोनाल्डो यांच्या बागेची आणि घराची निगरानी ठेवण्याची. रोनाल्डो हे पुर्वि सुप्रसिद्ध अश्या रिपब्लिक बँकेचे मॅनेजर होते, परंतु आता ते रिटायर्ड झालेले होते. एकदम टोलेजंग घरामध्ये ते त्यांच्या मुलीसोबत राहत होते. घराच्या सभोवताली मोठे

गार्डन होते. घराची आणि बागेची निगरानी ठेवण्यासाठी त्यांना काळजीपुर्वक काम करणारा होतकरु माणुस हवा होता. पगार जरा ठिक होता म्हणुन जेम्स अंकल ने डॅडला त्यासबंधी कळवले. डॅडला पण ते काम आवडले आणि त्यांनी ते काम करण्यास समत्ती दर्शवली.

डॅड मला सकाळी सायकल वरुन गोल्डन स्विट हर्ट ह्या कैलिफोर्नियाच्या नजीक असलेल्या स्कूलला पोहचवत असे आणि त्यांच्या कामासाठी पुढे जात असत. रोनाल्डो यांचा स्वभाव हा फार कडक असे,त्यांना जराही उशीर झालेला मुळीच आवडत नसत. उशीर झाल्यास ते त्याची शिक्षा म्हणुन एका दिवसाचा पगार कमी करत असत. बागेचा परीसर आणि घराची जागा फार मोठी असल्यामुळे डॅडला तेवढी कामे करणे होत नव्हते. त्यामुळे त्यांनी दुसरा व्यक्ती कामावरती ठेवण्याची विनंती रोनाल्डो यांस केली. रोनाल्डो यांनी होकार दिल्या नंतर जेम्स अंकलनेही काही दिवसांनतर तिथे कामास जाणे चालु केले. त्यानंतर डॅड खुष असायचे. दररोज मला खाण्यासाठी खुप सारे पदार्थ आणायचे. नंतर त्यांनी मला सायकल पण घेवुन दिली. नविन कपडे आणायचे.असे बरेच दिवस गेलेत. हळू हळू आर्थिक परिस्थितीतीमध्ये सुधारणा झाली.काही दिवसांनी डॅड ने कैलिफोर्नियात स्वताचे घर घेतले. आता आम्ही गावातुन शहरात राहण्यासाठी गेलो होतो.

डॅडच्या पगारातील बढती मुळे ते पण नेहमी आनंदी असायचे. परंतु एके दिवशी डॅड घरी आले तेव्हा त्यांचा चेहरा खुप चिंताजनक दिसत होता. कामावरून आल्यानंतर ते नेहमी माझी चौकशी करायचे, स्टडी बद्दल विचारायचे, आणि दररोज खाण्यास काहीतरी नवीन घेऊन यायचे. पण त्या दिवशी त्यांनी यासर्व गोष्टींपैकी काहीच केले नाही. त्यान्हा नक्कीच कसले तरी टेन्शन आलेले असणार हे माझ्या लक्षात आले. मी त्यांना नाराजीचे कारण विचारले, तेव्हा त्यांनी सांगितले की,

“रोनाल्डो आणि आमच्यात काही कारणावरून भांडण झाले आणि त्याने आम्हाला दोघांना कामावरुन काढुन टाकले".

डॅड त्या रात्री बराच वेळ काहीतरी विचार करत जागीच होते. त्यांना मी बराच वेळ समजावले की दुसरे कुठेही काम मिळेल पण तुम्ही आता चिंता करत बसु नका. तेव्हा उगाच माझे ऐकायचे म्हणुन अंथुरणावकरती पडले. ज्या ठिकाणी दहा वर्ष प्रामाणिकपणे काम केल्यानंतर तिथून जर काढून टाकले तर कुणालाही अश्या घटनेमुळे वाईट वाटेलच. त्यामुळे ते पण खूप नाराज झाले असावेत.

एक दिवस मला सुट्टी असल्यामुळे व डॅड पण सद्ध्या नाराज असायचे म्हणून त्यांना त्या नाराजी पासून दूर करण्यासाठी मी डॅड सोबत फिरायला जायचा प्लॅन केला, त्यांनी पण जास्त टाळाटाळ न करता संमती दर्शवली. आम्ही त्या दिवशी सकाळी सकाळीच घरातून बाहेर पडलो.डॅड नेहमी बोलायचे 'आयुष्यातील अनेक दुःख क्षणभरासाठी जर थांबवायचे असतील तर ते काम फक्त निसर्गच करू शकतो'. म्हणून मी पण त्या दिवशी निसर्गरम्य ठिकाणी जाण्याचा निर्णय घेतला. कलिफॉर्निया मध्येच एलिफिंस्तेन रस्त्याला लागूनच खूप सुंदर आणि मनमोहक फुलबाग आहे. तिथे आम्ही गेलो. ते वातावरण इतकं काही सुंदर आणि मनमोहक होत की, तिथल्या झाडांना, वेलींना, फुलांना फक्त बघत राहावं आणि इथून कुठेच जाऊ नये असे वाटायचे. शेजारीच असलेल्या फुलझाडाच्या फांदिकडे बोट दाखवून डॅड सांगू लागले,

"ते बघ त्या फांदीला तीन फुले किती सुंदर लागलेली आहे. त्यापैकी दोन फुले बघ कशी टवटवीत शेजारी शेजारी आहेत,आणि कुण्याएकेकाळी टवटवीत असलेले ते तिसरे फुल बघ, त्या दोन फुलांच्या वरती कसे मान टाकून कोमेजून पडलेले आहे. सुकलेले असूनही बघ ते किती प्रेमळ आहे. जेव्हा उन पडते तेव्हा ते स्वतःवर घेऊन दोघांवर सावलीचा वर्षाव करते, आणि जेव्हा पाणी त्यावर पडते तेव्हा दोघांनाही पुरवते. जेव्हा ते गळून पडेल तेव्हा मात्र त्या खालील दोन्हीही फुलांना पाण्याचा वोलावा जरी मिळाला तरी आयुष्यभर उन्हाच्या झळां सहन कराव्या लागतील ".

डॅडचे पाणावलेले डोळे आणि भारावलेले शब्द जणु हेच काही सांगत होते की,ते तिसरे कोमेजलेले फुल हे माझी स्वर्गवासी आई आहे.

काही वेळ तिथे घालवल्यानंतर आम्ही तिथून निघालो. त्या बागेपासून थोड्याच अंतरावर जेम्स अंकलचे घर होते,तर आम्ही त्यांना भेटून जायचे ठरवले. थोडा वेळ चालल्या नंतर आम्ही अंकल च्या घरी पोहचलो. परंतु अंकलच्या घराला बाहेरून कुलूप लावलेले होते. डॅड आणि मी थोडं वेळ तिथेच थांबून त्यांची वाट बघण्याचे ठरविले. जेम्स अंकलच्या घराच्या पाठीमागील बाजूस छानशी फुलबाग होती. जेम्स अंकल आम्हाला भेटण्यासाठी जेव्हा येत असत तेव्हा ते ह्याच बागेतील छानशी फुले मला घेऊन येत असत. मी त्या बागेतील काही फुले आणण्यासाठी गेली. तिथे एक छानसे मांजराचे पिल्लु बसलेले होते. ते मला फार आवडले,त्याला पकडण्यासाठी मी त्याच्या दिशेने हलके हलके पाऊले टाकु लागली,आता मी अगदी त्याच्या जवळ पोहचली होती. हात पुढे करून त्याला पकडणार तितक्यात त्याचे लक्ष माझ्याकडे गेले आणि ते तिथून पळायला लागले.

मला ते खुप आवडले होते म्हणून मी त्याचा पाठलाग केला. आता ते पिल्लू जेम्स अंकलच्या घराच्या पाठिमागील खिडकीवर जाऊन बसले. मी पण त्याच्या मागे जाऊन खिडकी पर्यंत पोहचले. खिडकीला आतून जाळी असल्यामुळे त्याला आतमध्ये उडी मारणे शक्य नव्हते. पळण्यासाठीचा कुठलाच मार्ग शिल्लक राहिलेला नाही हे लक्षात येऊन ते तिथेच स्वताला थोडेसे फुगवून डोळे मोठे करून गुरगुरत थोड्याश्या आक्रमकतेने माझ्याकडे बघू लागले. मी पण घाईमध्ये त्याला लगेच पकडले नाही. हळुवारपणे एक हात पुढे नेऊन त्याच्या डोक्यावरून आणि पाठीवरून फिरवला. आता त्याचे गुरगुरने बंद झाले होते. मी त्याला खिडकीतून उचलून घेतले. माझ्या चेहऱ्यावर आनंदाने हसू फुटणार इतक्यात माझे लक्ष खिडकीतून आत असलेल्या दृष्याकडे गेले,मी जोरात किंचाळले.

“डॅड डॅड जेम्स अंकल ".

डॅड खिडकिच्या दिशिने धावतच आले. त्यांनीही खिडकीतून आत डोकावून बघितले. जेम्स अंकल खाली पडलेले होते. आम्ही बऱ्याचदा आवाज दिला. परंतू अंकलचा काहीही प्रतिसाद नव्हता. म्हणून आम्ही पळतच दरवाज्याच्या बाजूने गेलो. क्षणाचाही विलंब न लावता,तिथे पडलेल्या एका दगडाच्या सहाय्याने डॅडने कुलूप तोडले. आम्ही धावतच जेम्स अंकल पडले होते त्या ठिकाणी पोहचलो. जेम्स अंकल खाली तोंड करून फर्चिवर पडलेले होते. थोड्याफार माश्या अंकलच्या आवतीभोवती घोंघावत होत्या. त्यांच्या उजव्या हातामध्ये एक काठी होती. त्यांच्या शरीराच्या उजव्या बाजूला थोड्याश्या अंतरावर एक साप मृतावस्थेत पडलेला होता. सापाच्या पाठीमागील अर्ध्या बाजूला काठीने मारून मारून जेम्स अंकलने त्याचे शरीर छिन्नभिन्न करून टाकलेले होते. डॅडने खांदे पकडून अंकलचे तोंड वरच्या बाजूने केले. निरागस, आनंदी, आणि खळखळून हसणारा अंकलचा चेहरा काळाठिक्कूर पडला होता. त्यांच्या डोळ्यातील बाहुल्या वरच्या दिशेने बघण्याचा निर्देष करत होत्या. श्वासोच्छवासाची प्रकिया पूर्णपणे बंद पडलेली होती. त्यांचे डोके हळूवारपणे आपल्या मांडीवरती घेऊन डॅड रडायला लागले होते. त्यांच्यासोबत माझेही उर दाटून आले होते, आणि मनाचा बांध तोडून अश्रू डोळ्यांतून घळाळू लागले होते. त्या निर्दयी सर्पाने अंकलचा जीव घेतला होता. अंकलच्या उजव्या पायाला सर्पाने दंश केला होता. त्यांनी पण काठीच्या सहाय्याने सर्पाला मारले होते. परंतु त्यांना मदत करण्यासाठी लवकर कुणी आले नसावे, म्हणूनच हे सर्व झाले असेल. काही वेळानंतर शोक आवरून तेथील काही लोकांच्या सहाय्याने अंकलचा अंत्यविधी करून शोकाकूल अवस्थेत आम्ही घरी आलो.

अंकलच्या मृत्यूला आता बरेच दिवस झाल्यामुळे आम्ही हळूहळू दुःख विसरून गेलो होतो. परंतू दरवाज्यावर थाप पडल्यास केव्हा केव्हा बाहेर अंकलच उभे असल्याचा भास होत असे. आमच्या घराच्या बाजूलाच काही दिवसांनी डॉ. रॉबर्ट यांचे हॉस्पिटल चालू झाले. डॉ. रॉबर्ट हे मानसोपचार तज्ञ होते. ते हॉस्पिटलच्या वरच्या मजल्यावर त्यांची मुलगी एलियाना सोबत राहत होते. एलियाना गोरी,नाजूक आणि जेमतेम माझ्याच वयाची होती. दोघांचाही स्वभाव अगदी मनमिळाऊ, बोलका आणि हसरा होता. त्यामुळे त्यांची लवकरच आमच्या सोबत चांगल्या प्रकारे ओळख झाली. डॅड पण बऱ्याच दिवसांपासून हास्य विसरले होते. परंतू जशी रॉबर्ट अंकल सोबत मैत्री झाली, तसे त्यांच्या चेहऱ्यावरती पुन्हा हसू खुलू लागले होते. मलाही एक चांगली उत्कृष्ट मनामिळाऊ मैत्रीन मिळाल्यामूळे आमचा बराचसा वेळ गप्पा मारण्यात आणि हास्य विनोदामध्ये जाऊ लागला होता. एलियाना पण तिच्या पित्याप्रमाणे वैद्यकिय शिक्षण घेत होती. माझ्या आईप्रमाणेच एलियानाची आईसुद्धा तिला लहान पणीच सोडून गेल्याचे मला तिच्याकडून कळाले होते. त्या दोघांना सकाळी उठून योगासने आणि व्यायाम करण्याची खूप चांगली सवय होती. आणि त्यांच्यामुळे डॅडला व मला हळू हळू सकाळच्या व्यायामाची सवय झाली होती. डॅड पण बराच वेळ रॉबर्ट अंकलसोबत गप्पा मारण्यात वेळ घालवत असे.

आठ नऊ वाजण्याची वेळ असेल. मी अंघोळ वैगेरे आटोपून नुकतेच अभ्यास करत बसले होते. तसे इतर वेळेस मी लवकर आवरत असे. परंतू काल एलियाना तिच्या डॅड सोबत कुठेतरी फिरण्यास गेलेली होती. आणि ते तिकडेच मुक्कामी थांबलेले होते. त्यामुळे मला लवकर उठविण्यासाठी आज कुणी नव्हतेच. डॅड मला झोपेतून केव्हाच उठवत नसत. त्यामुळे आज माझे उशीराच आटोपले होते. दुरवर कुठेतरी भरधाव येणाऱ्या चारचाकी गाडीचा आवाज येत होता. तो आवाज आता जवळ येत होता. थोड्याच वेळात एक जोरात आवाज आला. मी घाईतच जाऊन बघितले. तर ती कार रॉबर्ट अंकलच्या घरासमोरील गेट वरती येऊन आदळली होती. भक्कम गेट तोडून ती कार त्यांच्या अंगणातील नारळाच्या झाडाला टक्कर घेऊन शांत झाली होती. लाल कलरची ती कार रॉबर्ट अंकलचीच होती. डॅड व मी पळतच तिथे पोहचलो. आम्ही दरवाजा उघडण्याचा प्रयत्न करू लागलो. परंतू झाडावर कार जोराने लागल्यामुळे कारचे दरवाजे लॉक झाले होते. अंगणात पडलेल्या रॉडच्या सहाय्याने आम्ही दोन्ही पण बाजूच्या काचा फोडल्या. एलियानाचे डोके समोरील स्टेरिंग वर जोराचे आपटल्यामुळे डोके फुटून रक्ताचे ओघळते थेंब गालावरून घाली पडत होते. रॉबर्ट अंकलचे पण डोक फुटले होते. डॅड

ने आणि मी त्यांना दोघांना बाहेर काढले. त्यांना आवाज दिला, हलवून बघितले परंतू ते बेशुद्ध असावेत असे आम्हाला वाटले. मी पळत जाऊन घरातील दोन स्वच्छ कापडे आणलीत आणि त्यांचे डोके बांधली. जेणेकरून रक्तश्राव होणे थांबले होते. तोपर्यंत डॅडने नजीकच्या हॉस्पिटला कॉल करून तातडीची मदत मागितली होती. आम्ही दोघांच्याही नाकासमोर हात लावून बघितला परंतू दोघांचाही श्वासोच्छवास बंद होता. मनगटाच्या नकळत खाली अंगठ्याच्या बाजूने दोन बोटांनी दाबून आपण पल्स चेक करू शकतो. सामान्यता नॉर्मल व्यक्तिचा पल्सरेट हा साठ ते शंभर प्रती मिनिट असतो. पल्स चालू आहे किंवा नाही यावरून समोरचा व्यक्ती जिवंत आहे की नाही याचे अनुमान आपण लावू शकतो. ही माहिती मला एलियानानेच दिलेली होती. त्याप्रमाणे मी दोघांचेही पल्स चेक करून बघितले. माझे डोळे पाणावले होते, हृदयाची धडधड वाढली होती. तोंडातले शब्द बाहेर निघेनात .

"हे देवा, असे नाही होऊ शकत. कदाचित मला व्यवस्थित माहिती नसल्या कारणाने पल्स चेक करता येत नसतील".

असे मी स्वतःशी बोलू लागले होते. कारण त्या दोघांचेही पल्सरेट पूर्णपणे बंद होते. थोड्याच वेळात सरकारी ॲम्बुलस जोराचा आवाज करत थेट गेट मधून आत आली. त्यातून दोन व्यक्ति खाली उतरले. डॅडच्या मदतीने त्यांनी दोघांनाही ॲम्बुलस मध्ये व्यवस्थित झोपवले आणि आली त्याच वेगाने ॲम्बूलस निघून गेली. डॅड पण त्यांच्यासोबत हॉस्पिटल मध्ये गेले होते. पाठमोऱ्या गाडीकडे बघत मी देवाला प्राथना करत होते.

" देवा, प्लिज अंकलला आणि माझ्या मैत्रीनीला सुखरूप घरी येऊ दे".

दारासमोरील पायरी वरती बसुन मी डॅड ची वाट बघू लागले होते. बऱ्याच वेळाने घरासमोरील रस्त्यावर एक रिक्षा थांबली. रिक्षातून डॅड उतरले. रॉबर्ट अंकल आणि माझी मैत्रीन एलियाना यांच्या तब्बेतीबद्दल विचारण्यासाठी मी धावतच डॅडकडे गेले. मी डॅडला त्यांच्या बद्दल विचारू लागले. परंतू डॅड काही बोलतच नव्हते. त्यांचा पडलेला चेहरा, डोळ्यांतील अश्रू, आणि निस्तब्धपणा बघून माझे पायच गळाले होते. बराच वेळ विचारल्या नंतर डॅड च्या तोंडातून फक्त चारच हृदय हेलावून टाकणारे, डोक्यात खोल पर्यंत मुंग्या आणणारे शब्द निघाले,

" दे आर नॉट मोर".

आता आमचा दोघांचाही सय्यमाचा बांध तुटला होता. आणि आम्ही बराच वेळ एकमेकांच्या गळ्यात पडून रडलो. सरकारी डॉक्टरांनी चेक करून दोघेही मृत असल्याचे घोषित केले होते. रात्रीचे जवळपास अकरा-बारा वाजलेले असल्या

कारणाने डॅडने त्या दोघांचेही शव सकाळपर्यंत हॉस्पिटल मधील मॉरचूरी मध्ये ठेवण्याचा निर्णय घेतला होता. आणि ते रिक्षाने घरी आले होते. दुसऱ्या दिवशी सकाळी हॉस्पिटमधून त्या दोघांचेही शव घेऊन ॲम्बुलस आली. आम्ही एलियाना आणि रॉबर्ट अंकलचे अंतिम दर्शन घेऊन त्यांचा अंत्यविधी पार पाडला. भरल्या हृदयाने जड पावले टाकत आम्ही घरी गेलो होतो.

आमच्या आयुष्यात नियतीने जणू काही दूखांचा सापळाच रचलेला होता. मी लहान असताना आई स्वर्गवासी झाली. ज्या अंकल कडून आईचे प्रेम आणि पित्याचे वास्तल्य मिळत, ते अंकलपण सोडून गेले होते. आणि जे व्यक्ति काही दिवसांपूर्वी आयुष्यात आले होते. ते रॉबर्ट अंकल आणि एलियाना सुद्धा नशीबाने दूर नेले होते. डॅड आणि मी अनेक वेळेस यासर्वांच्या आठवणीतून बाहेर येण्याचा प्रयत्न करायचो. परंतू पहाटेच्या पक्ष्यांच्या किलबिलाटामध्ये एलियानाने मला दिलेला तो आवाज,

"मेरी, डियर फ्रेंड. कम हिअर फास्ट टू डू एक्सरसाईज".

अजूनही प्रत्येक पहाटे मला साद घालत स्पष्टपणे ऐकायला येतो. सकाळच्या कोवळ्या उन्हात झोपाळ्यावर बसून सूर्याच्या दिशेने झोके घेत असताना मध्येच जेम्स अंकलचा एक हात हळूवारपणे डोळ्यांवर येऊन दुसऱ्या हाताने सुंदरसा गजरा किंवा एखादे छान फूल वेणीत लावल्याचा भास होतो. तर रात्रीच्या वेळेस जास्त वेळ अभ्यास करताना,

" बेटा, खूप वेळ झाला,आता अराम कर. अंधारात जास्त वेळ वाचल्याने डोळ्यांना त्रास होईल"

हा रोबर्ट अंकलचा आवाज समोरच्या अंगणातून धावतच माझ्याकडे आल्याचा मला भास होत असे. आणि मी पुस्तक ठेऊन देत निद्राधीन होत असत.

गेल्या सहा सात दिवसांत एक आजोबा दोन-तिन वेळेस काम मागण्यासाठी डॅड कडे आले होते. परंतु डॅड ने त्यांना कामावर घेण्यासाठी नकार दिला होता. त्या आजोबांची एवढी कळकळीची विनंती बघून मला त्यांची दया आली होती. मी डॅड कडे त्या आजोबांना नोकर म्हणून ठेऊन घेण्याची विनंती केली.मी बऱ्याच वेळेस केलेल्या विनंतीमुळे डॅडने आजोबांना कामावरती घेण्यास होकार दिला. परंतू डॅडने त्यांना सक्त बजावले होते की, माझ्या परवाणगी शिवाय घरामध्ये यायचे नाही. इतर वेळेस तूम्ही बागेतील कामे करू शकता. आजोबांना कामाची नितांत आवश्यकता होती, तर ते पण जास्त काही न बोलता सम्मतीदर्शक मान हलवून कामासाठी रूजू झाले होते. त्यांचे नाव होते मिस्टर हेनरी.

काही दिवसानंतर एके दिवशी सकाळी मला डॅडचा चेहरा थोडासा चिंताजनक वाटला. त्यामुळे मी डॅडला त्यामागचे कारण विचारले. डॅड ने सांगितले की,

"बेटा, माझ्या चिंतेचे कारण तसे जास्त मोठे नाही. आज पहाटे बऱ्याच दिवसांनंतर जेम्स अंकलचे स्वप्न पडले. त्याचा विचार करत बसलो होतो. म्हणून कदाचित तुला माझा चेहरा चिंताग्रस्त दिसत असेल".

त्या दोघांचे एकमेकांबद्दलचे प्रेम मी ओळखून होते. त्यामुळे मी डॅडचा उजवा हात माझ्या दोन्ही हातांच्या तळव्यात घट्ट पकडून सहानुभूतीदर्शक शब्दांत डॅडला म्हणाले,

"डॉन्ट वरी डॅड, सगळे ठिक होईल, बी रिलेक्स".

डॅडला पण माझ्या शब्दांचा काहीसा आधार वाटला असावा कारण आता त्यांच्या चिंताग्रस्त चेहऱ्यावर कळी उमलावी त्याप्रमाणे स्मित हसू उमलले होते. दोन-तीन दिवसांनंतर पुन्हा एकदा डॅडच्या चेहऱ्यावर मला काहीसा गंभीरपणा जाणवला. नेहमी सकाळी डॅडचा चेहरा हसतमुख असायचा. परंतू हल्ली जरा त्यांच्यात काहीसा बदल जाणवू लागला होता. मी त्यांच्याजवळ जाऊन तब्बेतीची विचारपूस केली. त्यांच्या गंभीरपणाचे कारण विचारले. त्यावर त्यांनी सांगितले की,

“आज रॉबर्ट अंकल स्वप्नात आले होते. ॲक्सिडंट झालेल्या त्याच स्थितीत रक्ताळलेल्या चेहऱ्याने डोळे विस्फारून आणि मिस्किलतेने हसून ते माझ्याकडे बघत होते. मी डोळे उघडल्यानंतरही त्यांची तिच प्रतिकृती माझ्याकडे कितीतरी वेळ बघून हसत होती. हल्ली असले भास मला का होताहेत काही समजेना".

त्यावर मी डॅडला समजावत म्हणाले की,

" जेम्स अंकल आणि रॉबर्ट अंकल हे तुमचे अतिशय जवळचे आणि चांगले मित्र होते. तुम्ही त्यांच्या सोबत जास्त वेळ घालवला आहे आणि आता त्यांचा असा अचानक देहांत झाला. तुमच्या डोक्यात सतत त्यांचे विचार असल्या कारणाने त्यांचा तुम्हाला भास होत असेल. तुम्ही तुमचे लक्ष दूसरीकडे वळविण्याचा प्रयत्न करा. असले भितीदायक आभास होणे बंद होईल".

त्यानंतर त्यांनी थोडेसे स्मित हास्य करून होकारअर्थी मान हलवली आणि माझ्या डोक्यावर त्यांच्या प्रेमळ हाताने गुंजारून कामानिमीत्त बाहेर निघून गेले होते.

प्रत्येक दिवशी डॅडला भास होण्याचे प्रमाण हळू हळू वाढू लागले होते. सुरवातीला त्यांना असे भास फक्त रात्रीच होत असत. परंतु आता तर त्यांना दिवसाही रॉबर्ट आणि जेम्स अंकलचे भूत दिसायला लागले होते. डॅड व मी

घरापासून थोड्याश्या अंतरावरती असलेल्या चर्चमध्ये दररोज सांयकाळी जायला लागलो होतो. तिथेच थोडाफार वेळ डॅडला बरे वाटायचे. परंतू कधी-कधी चर्च मधील येशु ख्रिस्तांच्या मूर्तीत सुद्‌धा त्यांना रॉबर्ट अंकल दिसायचे. मला त्यांची खूप काळजी वाटू लागली होती. दिवसेंदिवस त्यांची प्रकृती चिंताजनक होत चालली होती. शहरातील अनेक नामवंत डॉक्टरांकडे जाऊनही डॅडला काहीही फरक पडत नव्हता.

पक्ष्यांचा किलबिलाट, सकाळची थंड हवा, सूर्याची सोनेरी किरणे, फुलांवरती आणि झाडांवरती पडलेले धुके, ह्या सर्व मनमोहक गोष्टींचा आनंद घेत मी सकाळी गच्चीवर उभे होते. थोड्यावेळाने डॅड मला अंगणात दिसले. मी डॅडला आवाज दिला. त्यांनी काही क्षणासाठी वरती बघितले व पुन्हा समोर बघू लागले. मला त्यांच्या डोळयांत भिती आणि चेहऱ्यावर गंभिरतेची, आणि अविश्वासाची छटा स्पष्टपणे दिसली होती. ते अंगणात उभे राहून कुणातरी सोबत बोलण्याचे हावभाव करत होते. परंतू त्यांच्या समोर कुणीही उभे नव्हते. थोड्यावेळाने ते अंगणातील कोपऱ्यावर असलेल्या विहिरीच्या दिशेने ओढत्या पावलांनी चालू लागले होते. असे वाटत होते की, डॅड तिकडे स्वतः चालत जात नसावेत. त्यांना कुणीतरी तिकडे ओढत नेत आहे. मी आता पुरते घाबरले होते. मी गच्चीवरून डॅडला जोर जोरात आवाज देऊ लागले होते. परंतू डॅड माझ्या एकाही हाकेला प्रतिसाद देत नव्हते. मी जिन्यावरून खाली पळतच गेले. डॅड विहीरीच्या कडेला समोर हात करून कुणातरी सोबत बोलत होते. घाबरलेल्या आवाजात नाही नाही बोलत होते. मी अंगणातून डॅडच्या दिशेने पळतच सुटले होते, परंतू तिथे पोहचण्याच्या आतच डॅडने विहीरीत उडी घेतली होती. शेजारील आणि रस्त्याने जाणाऱ्या लोकांना मी मोठमोठ्याने आवाज देऊन डॅडला वाचविण्यासाठी कळकळीची विनंती करत होते. थोड्यावेळात बरेच लोक जमा झाले. पोहता येणाऱ्या व्यक्तिंनी विहिरीत उडी मारून काहीशा प्रयत्नानंतर डॅडला वर काढले. परंतू आता त्याचा काही फायदा नव्हता. वेळ निघून गेली होती. माझे डॅड आ...ता स्वर्ग...वासी... पुढिल शब्द मेरीच्या तोंडातून फूटेनात. समोरच्या खूर्चित बसलेला संभा मेरीच्या जवळ गेला. आणि सांत्वन करु लागला. तिचे दुःख अनावर झाले. तशी ती संभाच्या खांद्‌यावर डोके ठेऊन ओक्साबोक्शी रडू लागली. थोड्यावेळाने समजावत संभाने पुन्हा तिला खूर्चित बसवले. मेरीच्या गालावरती ओघळलेले अश्रू पुसण्यासाठी संभाने खिशातील रुमाल काढून मेरीच्या हातात दिला. शांत करत संभाने तिला पिण्यासाठी पाणी देऊन पुन्हा खूर्चित जाऊन बसला. काही वेळाने मेरी दुःखातून बाहेर आली. संभाने तिला थोडावेळ शांत बसून रिलॅक्स

होण्यास सांगितले.

मेरी आता पूर्ववत आणि शांत झालेली आहे, हे बघून संभाने तिला पुढील माहिती सांगण्यास सुचविले. तशी मेरीही हळू आवाजात पूढे सांगू लागली.

"डॅडचा अंत्यविधी झाल्यानंतर मी घरी आले. त्यांची रूम आवरण्याच्या हेतूने मी त्यांच्या रूम मध्ये गेले. बेड जवळील टेबलावरती मला एक अर्धवट लिहिलेली न समजणारी परंतू आयुव्याबद्दल चांगला संदेश देणारी चिठ्ठी सापडली".

हातातील पर्स मधून ती चिठ्ठी काढून संभाच्या दिशेने पुढे करत मेरी सांगू लागली.

"कदाचित डॅड सकाळीच ती चिठ्ठी लिहीत असावे. मेरीकडून ती चिठ्ठी हातात घेऊन संभा ती वाचू लागला.

"पंधरा मिनिटांच्या दिर्घ प्रतिक्षेनंतर काळोख्या अंधारातही केव्हातरी घरात मध्यांनी शितळ प्रकाश पडावा. त्या शितळ प्रकाशात आपल्याला सुंदर चेहऱ्यांचा अनुभव व्हावा. चेहरा बघताना कितीतरी वेळ तसेच स्वतामध्येच हरवून जावे, स्वतःच्या डोळ्यात सूर्याचे तेज दिसावे. दुरदृष्टिकोनाने त्याच सूर्य किरणांच्या उदगमतेचे स्थान शोधावे. सूर्याची किरणे मनाच्या भितींवर उमटून सोनेरी किरणांनी आयुष्य प्रकाशमय करून घ्यावे".

चिठ्ठी वाचून झाल्यानंतर जरासे प्रश्नार्थक चेहऱ्यानेच संभाने ती चिठ्ठी स्वतःकडे ठेऊन घेण्याची परवानगी मेरी कडून मिळवली. मेरीनेही निसंकोचपणे डॅडने लिहिलेली ती शेवटची चिठ्ठी संभाकडे सुपूर्द केली. आणि पूढे बोलू लागली.

"माझ्या रूममधील एसी मध्ये बिघाड झाल्यामुळे एसी बंद झाला होता. त्यामुळे मी डॅडच्या रूममध्ये झोपू लागले होते. एके दिवशी रात्री बारा- एकच्या दरम्यान दारावर टकटक झाल्याचा आवाज आला. मी झोपेतून उठून दरवाजा उघडला. दारात उभ्या असलेल्या व्यक्तिला बघून माझा आनंद द्विगुणित झाला होता. माझे भान हरपले होते. मी पळत जाऊन त्या व्यक्तिला मिठी मारली. आणि रडू लागले. रडतच जोराने विचारू लागले की "सांगा डॅड मला एकटीला सोडून कुठे गेले होते तुम्ही? आय मीस यू सो मच डॅड, मीस यू सो मच". दरवाज्यात उभी असलेली व्यक्ती माझे डॅड होते. मी त्यांना आत मध्ये घेऊन आले. त्यांना खूर्चित बसविले. आणि आनंदाने पळत जाऊन फ्रिज मधून थंड पाण्याची बाटली घेऊन आले होते. परंतु खूर्चि जवळ येताच माझ्या चेहऱ्यावरचा आनंद क्षणार्धात उडून गेला होता. खूर्चित कुणीही बसलेले नव्हते. आणि दरवाजा पण आतून बंद होता. इतका वेळ कुठेतरी भरकटलेले माझे मन भानावर आले होते. डॅडला स्वर्गवास होऊन पाच दिवस झाले होते. मला ते उपस्थित असल्याचा भितीदायक भास

झाला होता. स्वतःला कसेबसे समजावत बेडवर जाऊन झोपले. डॅडचा विचार करत करत केव्हा झोपी गेले होते समजलेच नाही.

"मेरी, डीयर कम हियर फास्ट टू डू एक्सरसाईज"

माझी मैत्रीन एलियानाचा हा आवाज मला पहाटे **ऐकायला** आला. मी अंगावरचे ब्लॅकेंट बाजूला सारून खिडकीतून बाहेर डोकावले. अंगणात एलियाना उभी होती. मला व्यायाम करण्यासाठी बोलवत होती. मी पळतच अंगणात गेले. परंतू एलियाना आता तिथे उभी नव्हती. मी तिला बरेच आवाज दिले. बागेतील झाडांना पाणी घालत असलेले आजोबा घाईने माझ्याकडे येत म्हणाले की,

"मालकीणबाई इथे कुणीही नाही. तुमची मैत्रीन हे जग सोडून केव्हाच गेली आहे. तुम्हाला तिच्याबद्दल काही भास झाला असेल".

मी पण तसेच काहीतरी झाले असेल असे समजून घरात निघून गेले. आता तर मला दिवसासुद्धा घरात कुणीतरी भिरत असल्याचा भास होऊ लागला होता. केव्हा केव्हा आजोबांचा चेहरासुद्धा मला जेम्स अंकल किंवा डॅड सारखा असल्याचा भास होत होता. दिवसेंदिवस माझी मनस्थिती पूर्णपणे खालावली होती. अनेक मानोसपचार तज्ञांकडे जाऊनही मला काही फरक जाणवत नव्हता. एके दिवशी रात्री झोपलेले असताने माझे शरीर मला अचानकपणे जड वाटू लागले. श्वास घेण्यासाठी मला त्रास होऊ लागला. मोठमोठी नखे असलेले दोन हात माझ्या मानेभोवती घट्ट होऊ लागले होते. मी डोळे उघडून घाबरतच समोर बघितले. पापण्यांची उघडझाप थांबून माझे डोळे भितीने मोठे झाले होते. श्वासोच्छवासाची प्रकिया वाढली होती. डोक्यात कुठेतरी विज चमकून गेल्याचा भास झाला होता.कारण माझ्या अंगावरती एलियाना बसलेली होती.माझ्या मानेभोवतीचे हात घट्ट करून माझा श्वास थांबवू बघत होती. मी सुटण्यासाठीचे सर्व केविलवाणे प्रयत्न करून थकले होते. परंतू आता वाचण्याचा कुठलाच मार्ग दिसेना. शेवटी असेल नसेल तेवढी शक्ती एकवटली आणि दोन्ही हातांनी एलियानाला एक जोरदार धक्का दिला. तशी ती धाडकन बेडवरून कोसळण्याचा आवाज आला होता. मी घाईने रूम मधील सर्व लाईट चालू केले. कोपऱ्यात असलेला रॉड हातात घेऊन सगळीकडे बघितले परंतू आता रूम मध्ये कुणीच नव्हते. मी अतिशय भयभीत झाले होते. तिथे त्या भूतांच्या घरात थांबणे माझ्या सहनशक्तीच्या बाहेर गेले होते. मी दुसऱ्याच दिवशी इकडे इंडियामध्ये आत्याकडे येण्याचा निर्णय घेतला. मी जाण्याची तयारी रात्रीच करून ठेवली होती. चातक पक्षी जसे पावसाच्या पाण्याची प्रतिक्षा करतो. त्याप्रमाणे मी सकाळ होण्याची प्रतिक्षा करू लागले होते.

सकाळी लवकर आटपून एअरपोर्ट वर गेले. तिथे इमरजंसी पासपोर्ट आणि विझ्झा मिळवण्याची विनंती केली. तेथील कर्मचार्यानी मला दुपारच्या दोन वाजेपर्यंत पासपोर्ट विझ्झा देण्याचे कबूल केले. मी त्यांचे आभार मानून घरी आले. घराच्या सर्व चाव्या आजोबांकडे देऊन त्यांना घराची आणि बागेची काळजी घेण्यास सांगितले. त्यांनीही ते काम करण्यास सम्मती दर्शवली. दुपारी एअरपोर्टला जाऊन पासपोर्ट व विज्जा प्राप्त केला आणि विमानाने इंडियामध्ये आले. तिथून पुढे काय झाले याची सर्व माहिती तुम्हाला आहे. डॅड ने आमहत्या केली असे पोलिसांनी आणि डॉक्टरांनी मृत्युपत्रात नोंदवले आहे. परंतू माझे डॅड खूप साहशी होते. त्यांनी सर्व काही केले असते, पण आत्महत्या कधीच केली नसती. यामागे नक्कीच काहीतरी कारण असेल. माझ्या वडिलांना व मला योग्य न्याय मिळावा आणि त्या घरातील भूंताचा प्रतिबंध व्हावा. जेणेकरून माझ्या जिवाचा धोका टळेल. हीच अपेक्षा घेऊन मी तुमच्या पर्यंत आले. नाहीतर ती भूते डॅडप्रमाणे लवकरच मलाही मारतील याची मला खात्री आहे. मी कुठलीही गोष्ट न लपवता मोठ्या विश्वासाने तुम्हाला सर्व हकिकत सांगितली आहे. कृपया माझी मदत करा. मी आयुष्यभर तुमची ऋणी राहिल".

संभाने मेरीला दोन दिवसांची मुदत मागून बिनधास्त राहण्याचे आश्वासन दिले. आणि म्हणाला,

"आपल्याला ह्या सर्व गोष्टींचा पडताळा करण्यासाठी आणि ही केस पूर्णत्वास नेण्यासाठी कॅलिफोर्नियाला जावे लागेल. मी माझे सर्व कामे करून दोन दिवसानंतर शिमल्यामध्ये येईल. तुमचा फोन नंबर आणि पत्ता टेबलवरील डायरीत लिहून ठेवा".

मेरीने तिचा नंबर आणि शिमल्यातील आत्याच्या घरचा पत्ता सुंदर हस्तक्षरात टेबलवरील वहीत नोंदवला. एवढ्या दिवस भितीदायक आणि गंभीर असलेला मेरीचा चेहरा आता खूलला होता. विश्वासाची लहर तिच्या डोळ्यांत तरळून दिसत होती. नम्रतेने अभिवादन करून मेरी जाण्यासाठी निघाली. संभाच्या घरासमोरील झाडांच्या थंडगार सावलीत बाकावर बसून बऱ्याच वेळेपासून रामपाल मेरीची प्रतिक्षा करीत बसला होता. मेरी बाहेर आलेली दिसताच रामलालने घोडागाडी सज्ज केली. ती गाडीत बसताच रामलालने आलो त्या मार्गाने घोडागाडी जोरात पळवली. सूर्याच्या मावळत्या किरणांसोबतच रामपालच्या दूर गेलेल्या घोडागाडीचा आवाजही मावळला होता.

अर्ध्यातच विझविलेले सिगारेट संभाने पुन्हा पेटवले. सिगारेट सोबतच त्याच्या डोक्यातील विचारांची आग पेटली. जसे सिगारेटचा धूर तोंडातून सूटून

हवेच्या झोताने गोलगोल फिरून वातावरणात पसरायचा. त्याप्रमाणे मेरीने सांगितलेल्या एक ना एका व्यकीचे अस्पष्ट पण बोलके छायाचित्र एका मागे एक संभाच्या डोक्यात चक्राप्रमाणे गोलगोल फिरू लागले. संपूर्ण कहाणीची एक चित्रफितच त्याच्या डोक्यात तयार होऊ लागली. आता हातातील सिगारेट आणि त्यातून निघणारा धूर संपला होता. परंतु संभाच्या डोक्यातील विचारांचे सिगारेट अजूनही तेवत होते. आणि अनेक तर्क-वितर्कांचा धूर त्यातून निघत होता.

दोन दिवसानंतर तिसऱ्या दिवशी सकाळी सात वाजता मेरीच्या नंबरवर संभाने कॉल करून तिला लवकर आटोपुन ठेवण्यास आणि दुपारच्या बारा वाजेपर्यंत विमानतळावर उपस्थित राहण्यास सुचविले. ठरल्याप्रमाणे मेरी योग्य वेळेवर विमानतळावर हजर झाली. संभा आणि मेरी विमानात बसले होते. सत्याचा शोध घेण्यासाठी संभाने थेट अमेरिकेच्या दिशेने उड्डाण घेतले होते.

"माझ्या मताप्रमाणे आपण तिथे पोहचण्याच्या आत तुमच्या घरातील बरेचसे सामान अस्थाव्यस्त पडलेले असेल. घरातील बऱ्याचश्या सामानांची तोफफोड झाली असेल. आणि अनेक ठिकाणी खोदकाम सुद्धा.आपण तिथे गेल्यावर तुमच्या विश्वासू नोकराकडून अनेक भूतांच्या कहाण्या आपल्याला ऐकण्यास मिळणार.".

असे आपले मत संभाने मेरीकडे व्यक्त केले. मेरीचा चेहरा अगदी चिंताग्रस्त झाला. कारण संभाच्या तर्कशास्त्रावर मेरीचा विश्वास बसला होता. परंतू तिने काम सांगितलेल्या नोकर हेनरीवर पण मेरीचा विश्वास होता. जोपर्यंत हेनरी घरात असेल तोपर्यंत घरी काहीही होणार नाही.असे मेरीचे मत होते. आपण हे कसे काय सांगितले? हा प्रश्न विचारण्यासाठी मेरीने संभाकडे बघितले. परंतू संभा कसलेतरी पुस्तक वाचण्यात एकदम व्यस्त झालेला दिसला. त्यामुळे प्रश्न विचारण्यासाठी ही वेळ योग्य नाही. असे समजून मेरीने तो प्रश्न करने टाळले. विमानासोबतच मेरीच्या डोक्यात अनेक प्रश्नांचा कल्लोळ उडाला होता.

काही तासांच्या विमानप्रवासानंतर मेरी आणि संभा कॉलिफोर्नियात पोहचले. तिथून प्रायवेट गाडीने जवळपास पंचेचाळीस मिनिटे प्रवास करत ते मेरीच्या घरी पोहचले. मेरीला बघताच समोरच्या फुलझाडीत लपून बसलेला नोकर हेनरी धावतच मेरीकडे आला. अगदी घाबरलेला होता तो. धास्तावलेल्या अवस्थेमध्येच हात जोडून तो बोलू लागला.

"माफ करा मेरी ताई, मी बागेची निगराणी ठेऊ शकलो. परंतू घराची साफसफाई नाही करू शकलो. ह्या घरामध्ये भूत आहेत. जसे की साहेबांना आणि तुम्हाला दिसत होते. त्याचप्रमाणे मलाही इथे भूतांचा आभास जाणवला आहे.

तुम्ही गेल्यानंतर मी बाकीच्या घरांची साफसफाई आटोपून साहेबांच्या घरात गेलो होतो. तेथील सर्व वस्तूंची व्यवस्थित पणे सफाई करत होतो. तितक्यात कुणीतरी माझ्या पाठीमागे उभे असल्याचा मला भास झाला. मी मागे वळून बघितले तर कुणीच नव्हते. पुन्हा मी कामात व्यस्थ झालो. रूम मध्ये मला चालण्याचा आवाज येऊ लागला होता. माझ्या दिशेने हळूहळू येणाऱ्या पावलांचा आवाज आता एकदम जोरात येऊ लागला होता. मला साहेबांचा चेहरा स्पष्ट दिसू लागला होता. मी अतिशय घाबरून जोरात पळण्याचा प्रयत्न केला परंतू साहेबांचे दोन हात दुरूनच माझ्या मानेपर्यंत आले. त्यांचे हात हळू हळू घट्ट होऊ लागले होते. तसा श्वासा अभावी माझा जीव गुदमरू लागला होता. सर्व ताकद एकजूट करून मी कसाबसा गळा सोडवून घेतला आणि बाहेर पळून आलो.मरणाच्या दारातून सुटून मी ह्या घराच्या बाहेर पळून आलो होतो. तसे आता पर्यंत घरात डुंकून सुद्धा बघितले नाही. परंतू अजूनही त्या घरामध्ये प्रत्येक रात्री कसलातरी खोदल्यासारखा जोरजोरात आवाज येतो".

मेरीने त्याला शांत होण्यास सांगितले आणि आता घाबरण्याचे काहीही कारण नाही असे आश्वासन दिले. हेनरीने जरासे घाबरतच संभाकडे पाहून मेरीला विचारले,

"मेरी ताई, आपल्यासोबत आलेले हे यजमान कोण आहेत?".

मेरी काही बोलणार तेवढ्यात संभानेच उत्तर दिले की,

"माझे नाव संभा. मी मेरीच्या आत्याचा मुलगा. मेरी पून्हा एकटे इकडे येण्यास खूप घाबरत होती. म्हणून आईने मला तिच्या सोबत इथपर्यंत पाठवले".

संभाने असे का सांगितले ? याचा मेरीलाही प्रश्न पडला. परंतू त्यांच्या बोलण्यामागे काहीतरी कारण नक्कीच असेल असा मनोमन विचार करून ती घरामध्ये आली. तिच्या पाठोपाठ संभा आणि शेवटी घाबरत इकडे तिकडे बघत थरकापणाऱ्या पायांनी हेनरी आत मध्ये आला.

संभा, मेरी आणि हेनरी तिघेही मेरीच्या डॅडच्या रूममध्ये गेले. रूमची अवस्था बघून मेरी खूप नाराज झाली होती. घरातील सर्व वस्तू अस्थावस्थ पडल्या होत्या. घरामध्ये खोदकाम करण्यासाठी एका इंचाचीही जागा शिल्लक राहिली नव्हती. ही सर्व अवस्था बघून मेरी चिंतेत पडली होती. परंतू काही क्षणात तिला एका गोष्टीचे खूप आश्चर्य वाटले की, आपण विमानात बसलो तेव्हाच रूम मधील घडामोडींची आणि हेनरी बद्‌दलची इतकी सारी तंतोतंत जुळणारी माहिती संभाने कशी काय सोगितली होती? खरोखरच संभाच्या तर्कशास्त्राच्या ज्ञानाबद्‌दल मेरीला खात्री पटली होती.

संभाची तिक्ष्ण नजर हळूहळू रूम मधील प्रत्येक गोष्टीवरती पडू लागली होती. त्याच्या प्रश्नार्थक मुद्रेकडे बघून असे वाटत होते जणू काही तो प्रत्येक वस्तूला काहीतरी प्रश्न विचारत आहे. आणि क्षणात बदलणाऱ्या,गालातल्या गालात गुढ सौम्य हसणाऱ्या चेहऱ्याकडे आणि नजरेत बघून असे वाटायचे की ती प्रत्येक वस्तू त्याच्या प्रश्नांना अचूकपणे उत्तरे देत आहे. अनेक वस्तूंचे निरीक्षण करून झाल्यानंतर त्याने रूममधील सर्व लाईटचे,पख्यांचे,आणि एसी चे स्विच ऑफ केले. जास्त वेळ तिथे न थांबता तो रूमच्या बाहेर आला. मेरीला आणि हेनरीला बाहेर बोलावून घेऊन त्याने दरवाजा बंद केला.

संभाने हेनरीला त्याचे सर्व सामान मेरीच्या डॅडच्या रूम मध्ये ठेवण्यास सांगितले. हेनरीचा पुन्हा थरकाप चालू झाला. तेव्हा,

"राहुदे, माझे सामान मीच रूममध्ये नेतो. तू तुझे दूसरे काम करू शकतो."

संभा हेनरीला म्हणाला.

संभाने मेरीच्या मदतीने काही सामान रूम मध्ये नेले. फ्रेश झाल्यानंतर रूम मधील एका खूर्चित बसला. थोड्यावेळाने मेरी त्याच्या साठी गरमागरम चहा घेऊन आली. चहाचा कप हातात घेऊन, त्याची भिरभिरती तिक्ष्ण नजर कसल्यातरी शोधात संपूर्ण रूममध्ये फिरु लागली. कसलातरी विचार त्याच्या वैचारिक डोक्यात डोकावला असावा. तसा तो अर्धा पिलेला चहाचा कप समोरील टेबलवर ठेऊन ताडकन खूर्चितून उठला. सोबत आणलेले कुठलेतरी इलेक्ट्रिकल मशीन त्याने बॅगेतून बाहेर काढले. अगोदर बंद केलेल्या सर्व इलेक्ट्रिकल उपकरणांचे स्विच त्याने चालू केले. हातानेच इशारा करत मेरीला बाहेर जाण्याचे सांगितले. तसे ती पण काही प्रश्न न करता कसलातरी विचार करत बाहेर निघून गेली. ते इलेक्ट्रिकल मशीन संभाने एक एक करत रूममधील सर्व इलेक्ट्रिकल उपकरणांजवळ नेले. परंतू हाती योग्य अशी काही माहिती मिळाली नाही. शेवटी ते मशीन बॅगेत ठेऊन बॅग त्याने बेड शेजारील कोपऱ्यात ठेवली. आणि पुन्हा खूर्चित जाऊन कसलातरी विचार करत बसला.

रात्रीचे जवळपास बारा वाजले असतील. टूंग, टूंग,टूंग असा बारीकसा आवाज संभाच्या रूम मध्ये येऊ लागला. अगदी सावधपणे झोपलेल्या संभाने तो आवाज ऐकताच बेडवर उठून बसला. हा आवाज बॅगमध्ये ठेवलेल्या मशीनचा आहे. हे ओळखण्यासाठी संभाला फारसा वेळ लागला नाही. त्याने ते मशीन बाहेर काढून बघितले. शेजारी कुठले इलेक्ट्रिकल सामान आहे याचे त्याने निरीक्षण केले. बॅगच्या अगदी वरतीच भितींवर असलेल्या एसी कडे संभाचे लक्ष गेले. त्याच्या डोक्यात बरेचसे विचार घर करू लागले.त्याने एसी बंद केला. बॅगमधून काही

उपकरणांच्या सहाय्याने त्याने भितींवरील एसी खोलून बघितला. एसीचे निट निरीक्षण केल्यानंतर त्याने एसी मधील काही वायर कट केल्या. पुन्हा एसी होता तसा भितींवर लावला. आणि बेडवर अंग टाकले. आता मात्र विचारांचे जाळे त्याच्या डोक्यात सुसाट्याने पसरु लागले होते. बराच वेळ विचार करत तो तसाच झोपी गेला.

पहाटे पाच वाजता उठून संभाने अंगणात पक्ष्यांच्या फिलबिलाटामध्ये,थंडगार हवेत व्यायाम करणे सुरू केले. जवळपास पंचेचाळीस मिनिटांच्या व्यायामाने अंगावरील कपडे घामाने ओलेचिंब झाले होते. सर्व कामे आटोपल्यानंतर सकाळच्या कोवळ्या उन्हात हातात गरमा गरम चहाचा कप घेऊन संभा झोपाळ्यावर हळूहळू झोके घेत बसला. तो उगवत्या सूर्याकडे नजर रोखून दूर कुठेतरी तर्कांच्या दुनियेत कसलातरी शोध घेत होता. तेवढ्यात काहीतरी विचार त्याच्या डोक्यात आला. तसा उठून तो मेरीकडे गेला. मेरीला संभाने विचारले,

"तूमचे डॅड ह्या शहरात नेमके कुठल्या ठिकाणी कामावर जात होते"?

मेरीने सांगितले,

"इथून विस किमी अंतरावरती कार्लोरोडला संताक्रुज चर्च पासून थोडेसे दूर मि. रोनाल्डो यांचा मोठा बंगला आहे. तिथेच डॅड आणि जेम्स अंकल कामासाठी जात असत".

संभा चेहऱ्यावरती स्मितहास्य करत मेरीला म्हणाला.

"विचारण्याचे कारण म्हणजे, मी आता बाहेर फेरफटका मारण्याकरता जाणार होतो. तेव्हा डोक्यात आले की, तुमचे डॅड जिथे काम करत होते, तो बंगला आणि त्यासभोवताचलची सुंदर बाग पण बघून यावी".

मेरीची कार घेऊन संभा थोड्याच वेळात मि.रोनाल्डो यांच्या भव्य बंगल्यावर आला.

गेटजवळ उभ्या असलेल्या गार्डला संभाने विचारले,

"इज धिस मिस्टर रोनाल्डोज बंगलो?(हा बंगला श्रीयुत रोनाल्डो यांचा आहे का?) त्यावर गार्डने नुकतीच होकारअर्थी मान हलवली. संभाने त्याला पुन्हा प्रश्न केला,

"कॅन, आय मेट टू मिस्टर रॉनाल्डो"?(मी मिस्टर रोनाल्डोंना भेटू शकतो का?)

गार्डने गेटच्या आतूनच हाताची पाच बोटे वर करून पाच मिनिटे थांबण्याचा इशारा केला. आणि गार्ड पटपट पाउले टाकत बंगल्याच्या दिशेने निघून गेला. पाच-सहा मिनिटांनंतर गार्ड माघारी आला व त्याने गेट उघडत संभाला आत मध्ये येण्याचा इशारा केला. संभाने बंगल्या शेजारील पार्कमध्ये गाडी उभी केली

आणि बागेचे निरीक्षण करत रोनाल्डो बसले होते तिथे पोहचला. बराच वेळ त्यांच्यात काहीतरी चर्चा झाली. त्यानंतर संभाने त्यांचा निरोप घेऊन तिथून प्रस्थान केले. शहराच्या बाहेर ॲरो हायवेलगत असलेल्या फार्मसी कंपनीमध्ये संभा येऊन पोहचला. तेथील मॅनेजरची अपोइंटमेंट घेण्यासाठी बराच वेळ त्याने प्रतिक्षालय मध्ये वाट बघितली. मॅनेजर सोबत काहीशी चर्चा केल्यानंतर हातात कसलातरी कागद घेऊन तो समाधान पूर्वक हस्य करून ऑफिसमधून बाहेर आला. आणि तेथील त्या भल्यामोठ्या कंपणीचे तो निरीक्षण करू लागला. तेथील अनेक प्रयोग शाळांना त्याने भेट दिली. तेथील लोकांसोबत तो मनसोक्त गप्पा करू लागला होता. बऱ्याच वेळानंतर तो त्या कंपणीमधून बाहेर आला. त्याच्या चेहऱ्यावर थोडीशी गंभीरता आणि नजरेत कसलेतरी गुढ सामावलेले दिसत होते. आता सायंकाळची वेळ झाली होती. त्यामुळे संभाने कार मेरीच्या घराच्या दिशेने वळवली. दिवसभरात घडलेल्या गोष्टींचे अवलोकन करून त्याबद्दल योग्य तो तर्क जुळविण्याचा प्रयत्न करत संभा मेरीच्या घरी पोहचला.

मेरी बऱ्याच वेळेपासून संभाची वाट बघत अंगणातील झोपळ्यावर बसलेली होती. गाडीतून उतरल्यानंतर संभाने तिच्याकडे बघून जरासे स्मित हास्य केले आणि जास्त काहीही न बोलता तसाच त्याच्या रूम मध्ये निघून गेला. मनातील गोंधळ घातलेल्या अनेक प्रश्नांची उत्तरे मिळविण्याकरता मेरी त्याच्या पाठीमागेच रूम मध्ये गेली. परंतू तो खूर्चित बसून सिगारेटचे फूरके मारत गंभीरतेने मग्न होऊन कसलेतरी विज्ञानशास्त्राचे पुस्तक वाचत होता. त्यामुळे आपण मनातील प्रश्न नंतर विचारू असा विचार करून मेरी तिथून निघून गेली. रात्री मेरीने प्रश्न विचारण्याच्या हेतूने संभाच्या रूम कडे दोनदा चक्कर मारले होते. परंतू संभा तसाच वाचनामध्ये तल्लीन असलेला तिला दिसला. रात्र बरीचशी झालेली होती आणि मेरीला आता झोप येऊ लागली होती. त्यामुळे ती तिच्या रूममध्ये जाऊन बिछान्यावर पडली. दिवसभर संभा नेमके कुठे गेला असावा? कुठल्या प्रश्नांची उत्तरे त्याने शोधली असावी? संभा येथे आल्यापासून भुतांचा आभास होणे कसे बंद झाले असावे? अश्या अनेक प्रश्नांचा विचार करत मेरी झोपी गेली.

नेहमीप्रमाणेच संभाने पहाटे उठून व्यायाम करून आपली सर्व कामे आटोपली होती. अंगणात गेटजवळ पडलेला न्यूजपेपर घेऊन तो झोपाळ्यावर वाचत बसला. काही वेळाने मेरी संभाला चहा घेऊन आली. संभाने पेपर वाचतच चहाचा कप स्ट्रे मधून उचलला. मेरी थोडावेळ तशीच तिथे उभी राहिली. आताही तिला संभाला काही प्रश्न विचारण्याची हिम्मत झाली नाही. त्यामुळे ती तशीच माघारी जाऊ लागली. तेवढ्यात संभाने तिला आवाज देऊन बोलावून घेतले आणि म्हणाला,

" मिस मेरी, तुम्ही इथे जवळ असलेल्या एलिफिस्टंन रोड वरील बगिच्या बद्दल काहीशी माहिती सांगितली होती. इथे बसण्यापेक्षा मला वाटले तुम्ही सांगितलेली ती छानशी फुलबाग बघावी. तुम्हाला वेळ असेल तर तुम्ही मला ती बाग दाखवू शकता का"?

त्यावर मेरी लगेच उत्तरली,

"होय. माझ्याकडे वेळच वेळ आहे. आणि मला पण तुम्हाला ती बाग दाखवण्यास आवडेल".

काही वेळाने ते दोघेही कार ने बगिचा बघण्यासाठी निघाले.

मनमोहक, सुबक आणि वेगवेगळ्या विविध रंगाच्या फुलांनी सजलेल्या बागेचा संभाने काही काळ आनंद लुटला. त्यानंतर तो मेरी सोबत बोलू लागला.

"जेम्स अंकलचे घर इथेच कुठे जवळ आहे का?आलोच होतो जवळ तर बघून जाऊया".

मेरी होकारअर्थी मान हालवत म्हणाली,

"हो. इथून अगदी जवळ आहे. जाऊया आपण त्यांच्या घरी".

थोडेसे अंतर चालत जाऊन ते दोघे जेम्स अंकलच्या घराजवळ पोहचले. संभाची निरीक्षणदृष्टी त्या घराभोवती फिरु लागली. जेम्स अंकलच्या घराचा दरवाजा पूर्वेला होता. त्या घरात प्रवेश करण्यासाठी एकच दरवाजा होता. त्यांनी आत मध्ये प्रवेश केल्यानंतर मेरीने जेम्स अंकलचे मृत शरीर जिथे पडलेले होते ती जागा दाखवली. संभाने त्याच्या सूक्ष्म आणि तिक्ष्ण नजरेने तेथील संपूर्ण जागेचे निरीक्षण केले. त्या खोलीमध्ये बरेचसे बिनकामी सामान कोपऱ्यात पडले होते. संभाने तेथील एकेका गोष्टिंचे अवलोकन केले. त्याला तेथील कचऱ्यात दोन बारीकश्या लाकडाच्या टोकदार सुया सापडल्या. त्या एका कपड्यात व्यवस्थित बांधून संभाने खिशात ठेवल्या. बिनकामी सामानात त्याला एक लाकडी पेटी दिसली. ती पेटी खिळे ठोकून पूर्ण बंद केली होती. संभाने खिळे काढून ती पेटी उघडली. त्यात बरेचसे कागद होते. आणि एक जूना फोटो होता. त्या फोटोवर काही काळ संभाची नजर तशीच खिळून राहिली. त्याने तो फोटो पुन्हा पेटीत तसाच ठेवला आणि पेटीतून एक कागद सोबत घेतला. "आता आपण निघूया". संभा मेरीकडे बघून म्हणाला. मेरीनेही त्यावर सम्मतीदर्शक मान हलवली. काही रस्ते आणि सिग्नल पार करून ते दोघेही मेरीच्या घरी पोहचले.

संभाला हळू हळू बऱ्याचश्या गोष्टींचा उलगडा होऊ लागला होता. त्याच्या डोळ्यांत एक वेगळेच तेज दिसत होते. जेम्स अंकलच्या घरून आणलेल्या त्या दोन सूयांवर वेगवेगळे रसायने टाकून त्याने त्यांचे कितीतरी वेळ परिक्षण केले.

आणि रसायन शास्त्राचे पुस्तक घेऊन खूर्चित वाचत बसला.आठ वाजता मेरी जेवणाचे ताट घेऊन संभाच्या रूम मध्ये आली. नेहमीसारखाच तो मग्न परिस्थित बघून कुठलाही व्यत्यय न आणता ती तेथून निघून गेली. दहा अकराच्या सुमारास त्याचे निरीक्षणाचे आणि वाचण्याचे काम झाल्यानंतर त्याने जेवण केले. संभा सिगारेट ओढत आणि विचार करत कितीतरी वेळ तसाच बिछान्यावर पडून होता. विचारांची डोक्यात एवढी गर्दी झाली होती की, झोपेला डोक्यात जागाच शिल्लक राहिली नव्हती. जसजशी मध्यान्य होऊ लागली, तसा शितल प्रकाशाचा एक तिरपा झोत छतावरून भिंतीवरील आरशावर पडू लागला. तसा ज्ञानाचा एक प्रकाश संभाच्या डोक्यात पडला. हातातील अर्धवट संपलेली सिगारेट खाली टाकून त्याने पायाने विझवली आणि त्या प्रकाशझोत पडलेला आरशासमोर जाऊन उभा राहिला. बराच वेळ तो गंभीरतेने त्या आरशात बघत राहिला. काही वेळाने त्याच्या गंभीर चेहऱ्यावर एक गुढ हसू उमटले होते. संभा पुन्हा बिछान्यावर येऊन झोपला. आणि विचारांच्या जत्रेतून बाहेर पडून निद्रावस्थेत लीन झाला होता.

पहाटेच्या थंड हवेचा आस्वाद घेत संभाने व्यायाम केला. व्यायाम आटोपल्यानंतर संभा बागेतील फुलांचे निरीक्षण करू लागला. खरे तर आज त्याच्या चेहऱ्यावर समाधानाचे भाव दिसत होते. नजरेतही एक विलक्षण तेज होते. त्याचा हा बदललेला चेहरा झाडाला पाणी घालत असलेल्या हेनरीच्याही लक्षात आला होता. संभाने घरात जाताना मध्येच थांबून हेनरीला आवाज देऊन विचारले,

"घरात मोठी हातोडी आहे का"?

हेनरीने सांगितले,

"होय. स्टोर रूम मध्ये दरवाजाच्या बाजूलाच आहे".

ऐवढे ऐकून संभा स्टोर रूम मध्ये गेला. तिथून हातोडी घेतली. आणि मेरीच्या डॅडच्या रूममध्ये आला. पूर्वेकडील भिंतीवर कोपऱ्यात जोरजोराने हातोडीचे घाव घातले. आत मध्ये नेमके काय घडतय हे रुमच्या मागील खिडकीतून हेनरी गुपचूप डोकून बघत होता. जोराच्या आवाजाने मेरी संभाच्या रूममध्ये आली होती. समोरील भिंतींकडे बघून मेरीचे डोळे आणि तोंड तसेच उघडे राहिले. कारण समोरील भिंत ही पूर्ण सोनेरी दिसत होती. सोन्याचे अनेक बारिक बारिक बिस्किटच्या आकाराचे तुकडे तिथून खाली पडत होते. मेरीला आश्चर्य वाटत होते की, एवढे सारे सुवर्ण डॅडच्या रूम मध्ये केव्हा आले? आणि कसे? ती संभाला काही विचारेल तेवढ्यात संभाने एक बोट ओठांवर ठेऊन गप्प बसण्याचा इशारा केला. तसे मेरी पण शांत बसली. संभा मेरीसोबत बोलू लागला,

" हे बघ एवढे सर्व सोन घेऊन आपण इंडियामध्ये जाऊ. तिथे अनेक सोनार लोकांसोबत माझ्या ओळखी आहे. इथल्यापेक्षा आपल्याला तिकडे ह्या सोन्याचे जवळपास दुप्पट पैसे मिळतील. अडचण फक्त विमानतळावर आहे. त्यामुळे सोनं डिटेक्ट होणार नाहीत अश्या पाचसहा मोठ्या बॅगा आपल्याला लागतील. तेवढा बंदोबस्त आपण करू. आणि आजच रात्री इंडियामध्ये निघून जाऊ. प्रोटेक्टीव बॅगा मी ओळखू शकतो. रूमच्या खिडक्या आणि दरवाजा व्यवस्थित बंद कर आणि लवकर बाहेर ये, मी कार मध्ये तूझी प्रतिक्षा करतो".

एवढे बोलून संभा झपाझप पाउले टाकत बाहेर निघून गेला. संभाने सांगितलेलं काम आटोपून मेरी लवकरच बाहेर आली. संभाने हेनरीला आवाज देऊन बोलवून घेतले आणि संध्याकाळ पर्यंत घराकडे लक्ष देण्यास सांगितले. त्याने होकारदर्शी मान हलवली.

मेरी आणि संभा कार मध्ये बसले. संभाने वेगानेच कार चालवणे सुरु केले. न राहवून मेरीने संभाला प्रश्न केला की आपण एवढे सोनं घेऊन कसे जाणार? आणि रूममध्ये तुम्ही मला गप्प बसण्याचा इशारा का केला होता?. संभा तिला म्हणाला,

"तुमच्या सर्व प्रश्नांची उत्तरे तुम्हाला आजच मिळणार आहे. बऱ्याच रहस्यमय गोष्टींचा तुम्हाला उलगडा होईल. मी सर्व प्रश्नांची उत्तरे आज रात्री देईल. आता मला फक्त पोलिस स्टेशनचा रस्ता सांगा".

मेरीने दर्शविल्याप्रमाणे संभाने कार चालवली. थोड्याच वेळात ते पोलिस स्टेशनमध्ये पोहचले. सिनियर इनस्पेक्टरला भेटून संभाने त्यांना थोडक्यात सर्व माहिती सांगितली. आणि त्यांना सोबत येण्याची विनंती केली. त्या दोघांनी केलेल्या कळकळीच्या विणवनीमुळे आणि यांनी सांगितल्याप्रमाणे आपल्या हातात काही सबुत सापडतील या उद्देशाने इन्स्पेक्टर त्यांच्या सोबत येण्यास तयार झाले.

चार हत्यारबंद पोलिसांना घेऊन इन्स्पेक्टर संभाच्या कारच्या मागे येऊ लागले. इन्स्पेक्टरने दूर असतानांच चालकाला गाडीचा सायरन बंद करण्याचे सुचविले होते. मेरीच्या घराच्या जवळपास एक किमी मागेच दोन्हीही गाड्या पार्क करून सर्व आवाज न करता सावधानतेने घराच्या अगदी जवळ अंगणात पोहचले होते. घराचा दरवाजा आतून बंद होता. संभाने हातानेच इशारा करून मेरीला आणि इन्स्पेक्टरला स्वतःमागे येण्याचा इशारा केला. इन्स्पेक्टरने एका पोलिसाला गेटजवळ उभे राहण्यास सांगितले. एकाला घराच्या दरवाजा समोर उभे केले आणि दोघांना सोबत येण्याचा संकेत केला. मेरीच्या रूमची पाठीमागील बाजूची काचेची मोठी खिडकी उघडीच होती. त्यामधून एकापाठोपाठ एक आवाज

न करता रूम मध्ये उतरले. मेरीच्या रूमच्या लगतच पश्चिमेला मेरीच्या डॅडची रूम होती. सर्वजण दबक्या पावलांनी मेरीच्या डॅडच्या रूमच्या दरवाजा बाहेर भिंतीच्या बाजूने लपून उभे राहिले.आतमधील सर्व दृष्य आणि आवाज सर्वांना स्पष्ट ऐकायला येत होता. तीन पुरुष आणि एक महिला रूम मधील सोनं घाईघाईने बॅगमध्ये भरत होते. ओळखू येऊ नये यासाठी चौघांनेही तोडांला मास्क बांधले होते. त्यातील एक पुरुष मध्यमवयीन, उंच आणि धष्टपुष्ठ होता. दुसरा पुरुष त्यापेक्षा उंचीने थोडासा कमी आणि त्याचे शारिर वृद्ध्त्वाकडे झुकलेले होते. तिसरा पुरुष मध्यम उंचीचा परंतू लठ्ठ होता.आणि ती महिला तरूण वयाची व सडपातळ देहयष्टिची होती.

सोनं बॅगमध्ये भरता भरता उंच मध्यमवयीन पुरुष दुसऱ्या पुरुषा सोबत बोलू लागला.

"हे सोनं प्राप्त करण्यासाठी आम्ही किती कष्ट केलेत. आमच्या आयुष्यातील भरपूर दिवस आम्ही वाया घालवले. एकापाठोपाठ एक असे दोन खूण केले.एक मि.जैकसन आणि दूसरा मि.जेम्सचा. इतक्या प्लॉनिंगने आम्ही दोघांचा अंत केला होता की,पोलिसांना आमचा मागमूसही लागला नाही. आणि मागमूस लागण्यासाठी मृत्यू तर संशयित हवा. त्या वेड्यांनी दोन्हीही खून आपत्कालीन म्हणून घोषित केले. बऱ्याच योजना करूनही शेवटी कष्टाचे फळ मिळाले नव्हते. परंतू आज सर्व कष्टाचे फळ मिळाले. यात तुमचा दोघांचाही महत्त्वाचा वाटा आहे. हे सर्व ऐकून तो वृद्ध पुरुष चिडलाच आणि रागात बोलू लागला,

"म्हणजे तु खूनी आहेस? तू तर म्हटला होता की, कुणाचाही जीव न घेता आपण सोनं प्राप्त करू. आणि म्हणूनच मी तुमची साथ द्यायला तयार झालो होतो. मला खरे माहित असते तर मी तुमची मदत नसती केली".

तरूणी जरा रागातच त्या वृद्ध पुरुषाला बोलू लागली,

"ऐ म्हताऱ्या,जास्त आवाज नको करू. ह्या सर्व गुन्ह्यामध्ये तूच फसला जाशील. विनाकारण वेळ वाया घालवू नकोस. उचल ती बॅग आणि चालू लाग".

तो म्हतारा अजूनच रागात बोलू लागला,

" गुन्ह्यात मीच फसेल म्हणजे काय? मी माझ्या हाताने एकही खून नाही केलेला".

त्यावर तो उंच पुरुष म्हणाला,

" अरे, एसीमध्ये उपकरण कुणी बसविले ? त्या उपकरणामुळेच तर जॅक्सन मेला".

" परंतू तू म्हणाला होतास की याने फक्त सोनं कुठे आहे ते समजते".

वृद्ध पुरुषाने प्रश्न केला. त्यावर इतका वेळ गप्प असलेला लठ्ठ व्यक्ती त्वेषाने बोलू लागला,

" ये तुमचे काय भांडणे असतील, ते नंतर सोडवत बसा. कुणी येण्याच्या अगोदर इथून फरार होऊ. एकतर आधी पण तुमच्या नकली चेहऱ्यांच्या नादात मी मॉरचुरी विभागात अडकलो असतो. पण वाचलो तिथून कसेतरी".

सर्व हकिकत ऐकून झाल्यावर संभाने इन्स्पेक्टरला इशारा दिला. तसे इन्स्पेक्टर आणि दोन पोलिस आत मधील चौघांवर बंदूक रोखत रूम मध्ये घुसले. तश्याच अर्धवट भरलेल्या बॅगा उचलून वाट मिळेल तिकडे पळण्याचा ते प्रयत्न करू लागले. परंतू आता सर्व रस्ते बंद झाल्यामुळे त्यांचे प्रयत्न निष्फळ ठरले. पोलिसांनी चौघांच्याही हातात बेड्या घातल्या. आणि त्यांच्या चेहऱ्यावरील मास्क काढले. समोरील तिघांकडे बघून मेरीच्या पायाखालची जमीन सरकू लागली होती. डोळे विस्फारले होते. तिचा स्वतःच्या डोळ्यांवर विश्वासच बसेना. कारण तो लठ्ठ व्यक्ती सोडून,समोरील तिन्हीही व्यक्ति मेरीच्या जवळचे होते. ती तरुण महिला होती एलियाना, तो उंच मध्यमवयीन पुरुष होता डॉ. रॉबर्ट अंकल, आणि तो वृद्ध होता नोकर हेनरी. चौथा लठ्ठ व्यक्ती मॅडसनचा मित्र जासूफ होता. त्या तिघांना बघून मेरीची तळपायाची आग मस्तकात गेली होती. मेरी झपाझप पावले टाकत एलियाना जवळ गेली. कसलाही विचार न करता ताडकन तिच्या काणशिलात वाजवली. तशी एलियानाने शरमेने मान खाली घातली. रागाने तिचा गळा दोन्ही हातांनी पकडून तिला बोलू लागली,

" तू तर माझी मैत्रीन होतीस ना? का केलेस तू हे सर्व? तूला हे सर्व करताने एकदाही लाज वाटली नाही?"

मेरीच्या एकाही प्रश्नाचे उत्तर एलियानाने दिले नाही. पोलिसांनी एलियानाचा गळा मेरीच्या हातातून मुक्त केला. हातात येईल त्या वस्तूने मेरी चौघांवर आक्रमण करू लागली. संभाने त्या चौघाही आरोपींना तिथून लवकर घेवून जाण्याची विनंती इन्स्पेक्टरला केली.

"चलारे घेऊन ह्या चौघाही हरामखोरांना. आणि त्या बॅगापण घेऊन चला".

इन्स्पेक्टरने करड्या आवाजात पोलिसांना फर्मावले. बॅगेतून काही सोनं काढून त्यांनी मेरीला मदत म्हणून दिले. खूनींना पकडून देण्यासाठी संभाने मदत केली. त्यामुळे त्याचे आभार व्यक्त केले.आणि आरोपींना घेऊन निघून गेले.

रात्री जेवण आटोपल्यानंतर संभा नेहमीप्रमाणे रासायनिक प्रयोग करत होता. मनातील अनेक शंकाचे निरसण करण्यासाठी मेरी संभाच्या रूममध्ये आली. प्रयोग करण्यात आणि वाचण्यात संभा आजही तल्लीनच होता. दुसऱ्या दिवशी

संभा भारतात परत जाणार होता. त्यामुळे आपल्या शंका निरसन करण्यासाठी फक्त आजची रात्र आहे हे मेरीला माहिती होते. त्यामुळे न राहवून ती संभाकडे बघून बोलू लागली.

“मि.संभा सर, मी तुमच्या कामात अडथळा निर्माण केला त्याबद्दल मला माफ करा. बऱ्याच दिवसांपासून अनेक विचारांचे ओझे मी वाहते आहे. तुम्ही मला योग्य तो न्याय मिळवून दिला त्याबद्दल मी तुमची ऋणी आहे. हे सर्व माझ्या आयुष्यात कसे घडले? जेम्स अंकलचा खून कसा झाला? त्यांचा मृत्यू तर सापाच्या दंशाने झाला हे मी माझ्या डोळ्यांनी बघितले. डॉ.रॉबर्ट, एलियाना, आणि हेनरी कोण होते? त्यांचा आमच्या आयुष्याशी काय संबंध? ह्या घरात एवढे सोनं कुठून आले? आणि ह्या घरात भूतं का दिसत होती? ह्या सर्व प्रश्नांची उत्तरे जाणून घेण्याची माझी इच्छा तीव्र इच्छा आहे. कृपया करून मला सांगा.

आज मेरीला सर्व काही सांगून टाकण्याच्या उद्देशाने संभाने पुस्तक ठेऊन दिले. आणि खूर्चित जाऊन बसला. मेरीला समोरच्या खर्चित बसण्याचा संकेत केला. मेरीही सर्व हकिकत जाणून घेण्याच्या उद्देशाने गंभीर होऊन समोरच्या खूर्चीत बसली. संभाने सांगण्यास सुरुवात केली.

"तुम्ही ज्यावेळेस मला तुमची कहाणी सांगत होतात. त्याचवेळेस ह्या कहाणीच्या मुळापर्यंत पोहचण्याचा मी प्रयत्न करत होतो. तुम्ही अगोदर कॅमरेल ह्या छोट्याश्या गावात राहत होतात. तुमच्या डॅडकडे जास्त पैसे नसायचे. त्यामुळे त्यांना एखादया नोकरीची नितांत आवश्यकता होती. आणि त्यांना बागेतील कामाची नोकरी त्यांचे मित्र मि. जेम्स अंकल यांनी बघून दिली होती. म्हणजेच जेम्स अंकलला काम करण्याची काहीही गरज नव्हती. कारण गरज असती तर आधी ते त्या नोकरीवर रूजू झाले असते. नोकरीला लागण्याच्या नंतर थोड्याच दिवसात तुमच्या डॅडने कॉलिफॉर्निया सारख्या सुप्रसिद्ध ठिकाणी स्वतःची जागा घेऊन घर बांधणे आणि ते पण एका बागेत कामावरती जाऊन. ही गोष्ट माझ्या मनाला पटण्यासारखी नव्हती. नक्कीच कुठेतरी त्यांना भरपूर पैसा मिळाला असल्याची खात्री मला झाली होती. मि. रोनाल्डो नामांकित बँकेचे माजी कर्मचारी असल्याचे तुम्ही सांगितले होते. त्यामुळे त्यांच्याकडे बरेचसे धन किंवा पैसा असण्याची शक्यता मला जाणवत होती. त्यांचे धन चोरीला गेल्याचे रोनाल्डोंना समजले असणार. बागेत तर फक्त दोनच व्यक्ति काम करायचे एक तुमचे डॅड जॅकसन आणि दूसरे मि.जेम्स. चोरीचा संशय निश्चितच ह्या दोघांवर घेऊन रोनाल्डोने त्यांना कामावरून काढून टाकले असेल. हा माझा प्राथमिक अंदाज होता. माझा अंदाज किती प्रमाणात खरा आहे? ह्याची पडताळणी

करण्याकरता मला मि.रोनाल्डोंना भेटने गरजेचे होते.

दुसरा विषय होता, तो म्हणजे तुम्हाला ह्या रूम मध्ये भूत असण्याचा आभास होणे. खरे तर भूत ह्या संकल्पनेवर लक्ष देणे म्हणजे मूर्खपणाच. परंतू तुम्हाला सर्वांनाचा तुमच्या डॅडच्या रूममध्ये भूत असण्याचा भास होत होता. त्यामुळे त्या गोष्टीकडे दुर्लक्ष करूण चालणार नव्हते. काही असे रासायनिक मिश्रणे (केमिकल कंपाऊंडस) असतात. जे जास्त प्रमाणात आपल्या सानिध्यात असल्यास आपल्याला वेगवेगळ्या गोष्टींचे हॅलुसिनेशन म्हणजेच भास होतात. मी सोबत आणलेल्या केमिकल डिटेक्टर मशिनच्या सहाय्याने रूम मधील सर्व विद्यूत उपकरणांचे निरिक्षण केले. परंतू रूममध्ये मला कुठलेही रसायन डिटेक्ट झाले नाही. मी ते मशीन चालू करून तसेच बॅग मध्ये ठेवले. आणि बिछान्यावर पडलो होतो. बऱ्याच वेळाने मला मशिनचा डिटेक्टर साऊंड ऐकू येऊ लागला. मी बॅगमधील डिटेक्टर मशीन काढले. रूम मध्ये जास्त प्रमाणात कार्बन कंपाऊंड असल्याचा संकेत डिटेक्टर मशिन करत होते. त्या कंपाऊंडचा प्रभाव माझ्या शरिरावर होऊ नये म्हणून मी लवकर तोंडाला मास्क बांधले.कार्बन कंपाऊंड नेमके कुठल्या विद्युत उपकरणातून येत होते हे शोधण्यासाठी मी डिटेक्टर मशीन प्रत्येक विद्युत उपकरणाजवळ घेऊन गेलो. बेडजळील एसी जवळ सर्वात जास्त कंपाऊंड रिडिंग मिळाली. मी एसी बंद केला. काही टूल्स आणि स्क्रू ड्राइव्ह च्या सहाय्याने मी एसी उघडून बघितला. कुणीतर चांगल्या कुशलतेने कार्बन केपाऊंड प्रेरित करणारे उपकरण एसीच्या आतील भागात बसवले होते. एसीचा स्विच ऑन केल्यानंतर त्या उपकरणात विद्युत प्रवाह होत असे. आणि त्यातून कार्बन कंपाऊंड प्रेरित होत होते.

जास्त काळ वाढत्या कार्बन कंपाउंडच्या सानिध्यात राहिल्यास श्वासोच्छ्वासाद्वारे कार्बन कंपाऊंड शारिरात पोहचतात. रक्तप्रवाहाद्वारे शारिरात फिरू लागतात. त्यामुळे शरिरातील ऑक्सिजनचे प्रमाण कमी होऊ लागते. ऑक्सिजनचे प्रमाण कमी झाल्यामुळे हळू हळू काँसियस पॉवर कमी होऊ लागते.आणि शरिरावर वेगवेगळे लक्षणे दिसू लागतात. व्यक्तीला अनेक गोष्टींचा भास होऊ लागतो.ज्या गोष्टिंबद्दल किंवा व्यक्तींबद्दल सतत विचार केलेले असतात. त्या गोष्टी किंवा व्यक्ती समोर प्रत्यक्षात दिसायला लागतात. मेडिकल सायन्समध्ये यास हेलुसिनेशन(समोर कुठलीही वस्तू नसताना सुद्धा ती वस्तू असल्याचा भास होणे)म्हणतात. ह्या कंपाउंडच्या जास्त काळ सानिध्यात असलेल्या व्यक्तीच्या रक्ताचा रंग जास्तच गडद लाल असतो.

एसी मधून निघालेल्या कार्बन कंपाउंडमुळेच तुम्हाला तिघांनाही ह्या रूममध्ये आल्यास भुतं असण्याचा भास होत होता. मी ते उपकरण एसी मधून काढून टाकले आणि एसी व्यवस्थित करून ठेवला. ह्या रूममध्ये भूत असल्याचा आभास आधी होत नव्हता. जेव्हा पासून तुम्ही हेनरीला नोकर म्हणून ठेऊन घेतले. तेव्हापासूनच तुमच्या डॅडला भास होणे चालू झाले होते. त्यामुळे माझ्या संशयाच्या जाळ्यात अगोदर हेनरीच होता. मी जेव्हा रूमच्या बाहेर जायचो तेव्हा मुद्दाम सर्व स्विच बंद करून टाकायचो. परंतू रिटर्न आल्यानंतर मला नेहमी फक्त एसीचाच स्विच ऑन दिसायचा. नेमके कोण एसीचा स्विच ऑन करतो हे बघण्यासाठी मी नेहमीप्रमाणेच सर्व स्विच बंद करुण कपाटाच्या मागे लपून बसलो. थोड्यावेळाने घर साफ करण्याचा बहाणा करून हेनरी हातात झाडू घेऊन घाबरतच इकडे तिकडे बघत रूम मध्ये आला. रूममध्ये कुणीच नाही याची खात्री केल्यानंतर त्याने एसीचा स्विच चालू केला. आणि रूम साफ न करताच बाहेर निघून गेला. माझा संशय खरा निघाला होता. परंतू ह्या गोष्टीचे पूरेपूर ज्ञान हे हेनरीला नव्हते. त्याला एसी मध्ये नेमके काय उपकरण आहे याची खरी माहिती नसावी. कारण त्याला जर त्या उपकरणाचे पूर्णपणे ज्ञान असते, तर तोंडाला काहीही न बांधता एसीचे बटण चालू करण्यासाठी वारंवार तो रूम मध्ये आलाच नसता. कार्बन कंपाउंड बद्दलचे विशिष्ट ज्ञान आणि ते इतक्या कुशलतेने एसी मध्ये बसविण्याचे काम फक्त वैद्यकिय क्षेत्रामध्ये पारंगत असलेला व्यक्तीच करू शकतो. त्यामुळे हे काम एकट्या हेनरीचे नाही. तो फक्त एक मोहरा आहे. हे मी ओळखले होते. मी ठरवले असते तर हेनरीला तेव्हाच पकडून त्या संदर्भात विचारले असते. परंतु यामुळे दूसरा व्यक्ती सावध झाला असता. त्यामुळे हेनरीला काहीही समजू न देता मी माझे काम चालू ठेवले.

रोनाल्डो कडून कदाचित बरीच माहिती मिळेल. ह्या विचारांनी मी दुसऱ्या दिवशी त्यांना भेटलो. मी त्यांना बोलते करण्यासाठी खोटी माहिती दिली. मी सांगितले की,

" मी एक पोलिस कर्मचारी आहे. तुमच्याकडे काम करत असलेल्या मिस्टर जॅक्सन यांचे निधन झाले आहे. त्यांची मुलगी मेरी हिने काल माझ्याकडे तुमच्या संदर्भात कंप्लेंट केली आहे. की तुम्ही गेल्या पाच महिन्यापासून तिच्या वडिलांचा पगार केलेला नाही. असे तुम्ही का केले"?

त्यावर रोनाल्डो घाबरतच पण ठाम पणे बोलू लागले की,

"सर, तुम्ही सांगता त्याप्रमाणे काहीच घडलेले नाही. मिस्टर जॅक्सनला कामावरून काढण्यास जवळपास दोन वर्ष झालेले आहे. मेला ते बरेच झाले. वाईट

कर्माची फळे वाईटच भेटणार. त्याने व त्याच्या मित्राने माझ्या काही मौल्यवान वस्तू लंपास केल्या होत्या. त्यामुळे मी दोघांनाही कामावरून काढून टाकले होते. त्याची मुलगी त्याच्यासारखीच लबाड दिसते. तुम्ही तिचीच व्यवस्थित चौकशी करा".

माझा अंदाज खराच ठरला होता.

"मी म्हणालो ठिक आहे मी तिची चौकशी करतो. ह्यावेळेस जरी मी रिकाम्या हातानी आलेलो असेल,परंतू तिने सांगितलेल्या माहिती मध्ये सत्यता असल्यास, पुढच्या वेळेस बेड्या मात्र नक्की असतील".

रोनाल्डो समोरील टेबलावर एका मुलीचा फोटो बघून मी थांबलो. कारण त्या मुलीचा फोटो मी या अगोदर पण बघितला होता. रोनाल्डोला फोटोबद्दल विचारल्यानंतर कळाले की, ती त्यांची एकुलती एक मुलगी होती. मिस एलिझाबेथ. आणि ती ह्याच शहरामध्ये फार्मसी कंपनीत लॅबोरेटरी मॅनेजर पदावर काम करते.

माझ्या अपेक्षेपेक्षाही जास्त माहिती मला मिळाली होती. माझ्या डोक्यातील अनेक गोष्टींचा उलगडा होऊ लागला होता. मी तिच्याबद्दल अजून माहिती मिळविण्यासाठी फार्मसी कंपणीत गेलो. तेथील मॅनेजर कडून कंपनी बघण्याची परवानगी मिळवली. लॅबोरेटरी कक्षात जाऊन तिथे मी एका व्यक्तीला एलिझाबेथ मॅडम बद्दल चौकशी केली. तेव्हा त्या व्यकीने सांगितले की,

"एलिझाबेथ मॅडम बऱ्याच दिवसांपासून कामावर येत नाही. ह्याच कंपणीत कार्यरत असलेल्या आणि तिच्यापेक्षा वयाने मोठ्या असणाऱ्या मि. मॅडसन सोबत त्या पळून गेल्या. असे मी ऐकले आहे".

मी पुढे विषय वाढविण्यासाठी बोलू लागलो.

"एलिझाबेथ मॅडम दिसायला फार सुंदर होत्या. परंतू मॅडसन काही खास नव्हता. असे मी ऐकले होते."

तो व्यक्ती खिशातून मोबाईल काढत म्हणू लागला.

"नाही हो, दिसायला चांगला होता.फक्त वय जास्त होत हा बघा मॅडसनचा फोटो"

मोबाईल माझ्या हातात देत तो म्हणाला.

त्या अनोळखी व्यक्तीने दिलेल्या माहितीमुळे दोन व्यक्तींची चांगल्या प्रकारे ओळख पटली होती. तुमची मैत्रीण एलियाना हिच एलिझाबेथ होती. आणि तिचा तो मध्यमवयीन मित्र मॅडसन हाच डॉ. रॉबर्ट होता.

जेम्स अंकलचा मृत्यू सापाच्या दंशाने झाला नसावा. कारण तुम्ही सांगितल्या प्रमाणे जेम्स अंकलने काठीने सापाला पाठीमागच्या अर्ध्या भागाला मारले होते. आणि साप पण त्यांच्या जवळच पडलेला होता. परंतू सामान्यता सापाने चावण्याचा प्रयत्न केल्यानंतर आपण त्याला सुरवातीला तोंडाच्या बाजूने मारतो. शेपटीच्या बाजूने नाही. जेम्स अंकलच्या मृत्यूबद्दल अनेक संशयास्पद विचार माझ्या डोक्यात येत होते. त्यामुळे दुसऱ्या दिवशी मी तुम्हाला घेऊन जेम्स अंकलच्या घरी गेलो. त्यांच्या घराचे बाहेरून निरीक्षण केल्यानंतर लक्षात आले की , त्यांच्या घरात प्रवेश करण्यासाठी पूर्वेकडील फक्त एकच दरवाजा आहे. आणि तुम्ही कुलूप तोडून आतमध्ये गेलेले होते. म्हणजेच जेम्स अंकलच्या घराला कुठेतरी खूफिया रास्ता होता. त्यांच्या मृत्यूच्या ठिकाणी निरीक्षण केल्यानंतर तिथे लाकडाच्या बारिक टोक असलेल्या दोन सूया सापडल्या. त्या बघितल्यानंतर मी जेम्स अंकलच्या मृत्यूच कारण ओळखले होते. परंतू तरीही निरीक्षणासाठी मी त्या सूया सोबत घेतल्या होत्या. माझ्या मतानुसार त्या सूयांवर ॲब्रस प्रिकेटोरियस वनस्पतींच्या बियांपासून बनवलेले विष असावे.

परिक्षणानंतर माझा अंदाज खरा निघाला. त्या सुया ॲब्रस प्रिकेटोरियस वनस्पतीच्याच बियांपासून बनविलेल्या विषयूक्त सूया होत्या. ॲब्रस प्रिकेटोरियस ही सामान्यता भारतात आढळणारी वनस्पती आहे. ही वनस्पती भारतीय मद्य, गुंची किंवा राठी ह्या नावांनी ओळखली जाते. या वनस्पतीचे सर्वच भाग विषारी आहेत. परंतू सामान्यता ह्या वनस्पतीच्या बियांचा विष बनविण्यासाठी जास्त वापर केला जातो. त्या बिया बेचव, गंधहीन, आणि दोन रंगाच्या असतात. एक बाजू लाल आणि दुसरी काळी असते. ह्या वनस्पतीच्या बियांचे वरील आवरण काढायचे. त्या बियांना बारिक करून त्यांची भुकटी(पावडर) बनवायची. अफिम, कांदा, धतुरा यांचे मिश्रण करून पाण्यात किंवा स्पिरिट मध्ये टाकायचे. या मिश्रणामध्ये बियांपासून बनवलेली पावडर टाकून त्याची पेस्ट बनवायची. या पेस्टला बारिक आणि टोकदार सूयांचा आकार द्यायचा. ह्या सूयांना कठीण आणि मजबूत बनण्यासाठी काही वेळ उन्हात ठेवायचे. लाकडाचा एक छोटा तुकडा घ्यायचा. त्याच्या एका बाजूने बारिक छिद्रे पाडायची. मजबूत बनविलेल्या त्या सूयांतून, दोन किंवा तिन सूया त्या छिद्रांमध्ये पॅक करायच्या. हा लाकडाचा छोटा तुकडा प्राण्यांना फेकून मारून किंवा त्यांच्या शरीराला टोचून प्राण्यांची शिकार केली जाते. ही पद्धत पूर्वी लोक प्राण्यांची शिकार करण्यासाठी वापरत. अशा विषारी सुयांयूक्त असलेला लाकडाचा तुकडा मनुष्याच्या शरिरावर टोचला तर, मनुष्याचाही मृत्यू होतो. ज्या जागेवर विषारी

सूया टोचल्या आहेत, ती जागा अगदी सापाने दंश केल्याप्रमाणेच दिसते. त्यामुळे कुणीही तर्क लावू शकत नाही की ह्या व्यक्तीचा मृत्यू सर्प दंशाने झालेला नसून त्या सूंयामुळे झालेला आहे. जेम्स अंकलचा मृत्यू हासुद्धा सर्प दंशाने झालेला नसून त्या विषारी सूयांमुळेच झालेला होता. ह्या वनस्पतीच्या बिया इथे सहजपणे उपलब्ध होऊ शकत नाही. विविध प्रयोग करण्यासाठी त्या बिया इथे फक्त फार्मसी प्रयोगशाळेतच असू शकतात. त्या बियांपासून विषारी सूया बनविण्याची पद्धत शक्यतो प्रयोगशाळेतील आणि वैद्यकिय शिक्षण प्राप्त केलेल्या व्यक्तींना माहिती असू शकते. त्यामुळे माझी खात्री पटली की हे विषारी सूया बनविण्याची काम एलिझाबेथ आणि मॅडसन यांचेच आहे.

एलिझाबेथ आणि मॅडसन हुशार होते त्यांना माहिती होते की, जेम्स अंकल इतक्या सहजपणे आपल्याला सोनं कुठे आहे याचा ठाव लागू देणार नाहित. हे काम कुणीतरी जवळचा व्यक्तीच करू शकतो. त्यामुळे त्यांनी जेम्स अंकलची पूर्णपणे माहिती काढली असावी. काही दिवसाने त्यांना एक व्यक्ती सापडलाही. तो म्हणजेच हेनरी. हे त्यांच्या सारखाच होते स्वार्थी आणि लालची. हेनरी हे जेम्स अंकलचे वडिल होते. हेनरी बद्दलची माहिती मला त्या वेळेस कळाली जेव्हा मी जेम्स अंकलच्या घरातील लाकडाच्या पेटीतील एक फोटो बघितला होता. तो होता हेनरी आणि जेम्स अंकलचा. त्यावर खालच्या बाजूला लिहिलेला मजकूर होता,

" हॅप्पी बर्थडे टू यू माय डियर सन जेम्स".

हेनरी बद्दल जेम्स अंकलला कसलातरी राग असावा. त्यामुळे त्याने त्यांचे नाव पण कुणाला सांगितलेले नव्हते. आणि घरामध्ये त्यांचा फोटोसुद्धा ठेवला नव्हता. एक फोटो होता तोही लाकडाच्या पेटीत पॅक केलेला. त्यांनी भरपूर पैसा आणि सोन्याचे लालच हेनरीला दाखवून त्याला जेम्स अंकलकडून सोण्याचा ठावठिकाणा माहिती करून घेण्यास सांगितले असेल.

अनेक प्रयत्नांनंतर जेम्स अंकलने हेनरीला कदाचित सोनं कुठे आहे हे सांगितले असावे. हेनरीने ही माहिती एलिझाबेथ आणि मॅडसनला सांगितली असेल. जेम्स अंकल कडून माहिती मिळाल्यामुळे तसेही त्यांच्यासाठी ते आता बिनउपयोगी झाले होते. आणि बापाचे धन लुटल्यामुळे एलिझाबेथ जेम्स अंकलचा सुड घेऊ इच्छित होती. मि.जेम्स जिवंत राहिले असते तर तेही पुढे सोन्यात हिस्सेदार झाले असते. यासर्व कारणांमुळे व्यवस्थित प्लॅनिंग करून त्यांनी जेम्स अंकलला रस्यातून काढून टाकायचे ठरविले.

जेम्स अंकल घरी असताना, एलिझाबेथ आणि मॅडसन त्यांच्या घरी गेले. दरवाजा उघडताच मॅडसनने हातातील काठीने अंकलच्या डोक्यावर समोरून वार

केला. जेम्स अंकल मुर्छित होऊन पडल्यानंतर त्यांनी विषारी सूया असलेल्या लाकडाची स्टिक त्यांच्या पायाला टोचली. अंकलच्या डोक्याला समोरून लागलेले होते, त्यामुळे त्यांनी अंकलचे शरीर पालथे करून तोंड जमिनीच्या बाजूने केले. जेणेकरून बघणाऱ्यांना वाटेल की अंकल सर्पदंशाने चक्कर येऊन जमिनीवर कोसळले. सोबत आणलेला मेलेला साप त्यांच्या बाजूने टाकला. मॅडसनने हातातील काठीने मेलेल्या सापाला ठेचले. आणि ति काठी जेम्स अंकलच्या हातात दिली. दोघेही घाई-घाईने बाहेर आले. बाहेरून येणाऱ्या व्यक्तीला घरात जेम्स अंकल असल्याचा अंदाज येऊ नये म्हणून त्यांनी जाताना अंकलच्या घराला कुलूप लावून घेतले. जेम्स घराला बाहेरून कुलूप लावून आत मध्ये कसे गेले? हा प्रश्न कुणाला पडलाच तर एलिझाबेथ आणि मॅडसनला माहिती होते की अंकलच्या घराला एक खूफिया दरवाजा सुद्धा आहे.त्यांनी ह्या दरवाजाची माहिती हेनरीवर लक्ष ठेऊन मिळवली होती. पोलिसांना इनवेस्टिगेशन मध्ये तो दरवाजा सापडलाच असता आणि त्यांच्या प्रश्नाचे निरसन सुद्धा झाले असते की, जेम्स अंकलने स्वतःच बाहेरून कुलूप लावली असावी आणि खूफिया दरवाजाने आत आले असावे.

मिस्टर जॅक्सन सोबत दृढ मैत्री करून त्यांच्या मनात आणि घरात जागा करावी जेणेकरून आपल्याला त्यांच्या घरात असलेल्या सोन्याचा ठावठिकाणा शोधता येईल असा कपटी विचार एलिझाबेथ आणि मॅडसनने केला. नाव, व्यवसाय आणि दोघांमधील नाते बदलवून ते तुमच्या घराशेजारी राहण्यासाठी आले. आता एलिझाबेथचे नवीन नाव होते एलियाना आणि मॅडसनचे होते डॉ. रॉबर्ट. त्यांनी लवकरच तुमच्या दोघांच्याही मनात महत्त्वाचे स्थान मिळवले. परंतू तुमचे डॅड जास्त वेळ कुणालाच घरात थांबू देत नसत. त्यामुळे त्यांनी तुम्हालाच संपविण्यासाठी किंवा घराच्या बाहेर घालवून लावण्यासाठी दूसरा प्लॅनिंग केला तो म्हणजेच कार्बन कंपाऊंड चा वापर. तुमच्या मृत्यूनंतर पोलिसांचा संशय त्यांच्यावर जाऊ नये यासाठी त्यांनी अगोदर इतरांना समजणार नाही अश्या प्रकारे स्वतःलाच संपविण्याचा प्रयत्न केला. त्यांनी स्वतःचा खोटा अपघात घडवून आणला. दोघांचेही पल्सरेट आणि हृदयाचे ठोके पूर्णपणे बंद असल्यामुळे डॉक्टरांनी त्यांना मृत घोषित केले. त्यांच्या मृत्यूचा हा रिपोर्ट मी तुमच्या डॅडच्या एका फाईलमध्ये वाचला. रिपोर्ट बघितल्यानंतर तत्काळ माझ्या डोक्यात एक विचार तरळूण गेला. तो म्हणजे,

"संस्पेंडेंड अनिमेशन".

मेरीला हे समजले नसल्या कारणाने तिच्या कपाळावर आठ्यांचे चित्रिकीरण होण्यास सुरुवात झाली. मेरीने संभाला मध्येच थांबवत विचारले,

"संस्पेंडेंड अनिमेशन म्हणजे काय"?

संभा पुढे सांगू लागला,

" विशिष्ट प्रकारे योगसाधना करून आणि श्वासांवर नियंत्रण ठेऊन आपण हळूहळू हृदयाची हालचाल काही वेळ थांबवू शकतो. आत्मसात केलेल्या ह्या कलेलाच 'सस्पेंडेड अनिमेशन' म्हणतात.ह्या कलेत काही साधू लोक पारंगत असतात. अनेक दिवसांच्या अथक प्रयत्नांनतर योग साधना करून ही कला आत्मसात करता येते."

एलियाना आणि रॉबर्ट यांनी या कलेवर प्रभुत्व मिळविलेले होते. कारण फार्मसी कंपनीत अनोळखी व्यक्ती सोबत बोलताना, माहिती मिळाली होती की, मॅडसन हे उत्तम योगगुरू आहेत. ऑफिस सुटल्यानंतर दररोज ते अनेकांना योगाचे ज्ञान देत असत. योगा शिकतानाच एलिझाबेथची मॅडसन सोबत चांगली मैत्री झाली होती. मेरीला आता ह्या कलेबद्दल कळाले होते. आणि एलियाना पहाटे लवकर उठून योगा का करायची याचेही उत्तर तिला मिळाले होते. मेरीला सस्पेंडेंड अनिमेशन बद्दल समजल्यानंतर संभा पुढे बोलू लागला. एलियाना आणि रॉबर्ट यांना मृत घोषित केल्यानंतर त्यांचे शरिर मॉरचुरी मध्ये पाठवण्यात आले. त्यांच्या योजनेनुसार मॉरचुरी विभागातील मॅडसनचा मित्र जोसेफ दोघांच्या चेहऱ्याचे नकली आवरण घेऊन हजर होता. मॉरचुरी विभागात कुणी नाही याचा अंदाज घेऊन जोसेफने त्यांना उठवले. त्या तिघांनी मॉरचुरी मधिल जेमतेम त्यांचा उंचीच्या एक पुरुष आणि एक महिलेच्या मृत शारिरांना त्यांचे नकली चेहरे बसविले आणि ते दोघे तिथून चालाखीने पसार झाले. तुम्ही दुसऱ्या दिवशी ज्या मृत शरिरांचा अंत्यविधी केला, ते एलियाना आणि रॉबर्ट नव्हतेच. जरी त्यांच्या शरिराचा अंत्यसंस्कार झाला नव्हता, तरी त्यांनी धारण केलेल्या नवीन नावांचा अंत्यविधी खरोखर झाला होता. आता राहिले होते ते एलिझाबेथ आणि मॅडसन.

आता त्यांची पुढील योजना होती ती, कार्बन कंपाऊंड एक्सपोजर हे उपकरण तुमच्या घरात बसविण्याची. त्यासाठी त्यांनी हेनरीला पुन्हा मोहरा बनविले. मॅडसनला अगोदरच माहिती होते की, तुमच्या डॅडच्या बेडच्या जवळच भिंतीला एसी आहे. त्यामुळे त्यांनी ते उपकरण एसी मध्येच बसविण्याचे ठरविले. हेनरीला त्यांनी खोटी माहिती दिली की, ह्या उपकरणाच्या सहाय्याने रूममधील सोनं ठेवलेल्या जागेची माहिती आपण मिळवू. अनेक वेळेस त्यांनी हेनरीला ते उपकरण एसी मध्ये बसविन्याचे प्रशिक्षण दिले. आणि हे काम साध्य करण्यासाठी त्याला

तुमच्या घरी नोकर म्हणून पाठवले. हेनरीने सुद्धा त्याचे काम अगदी चोखसपणे पार पाडले. कार्बन कपाऊंडमुळे तुमच्या वडिलांना विविध प्रकारचे भास होऊ लागले आणि विहिरीत पडून त्यांचा मृत्यू झाला. त्यानंतर काही दिवसाने तुमच्या रूम मधील एसीमध्ये बिघाड झाल्यामुळे तुम्ही तुमच्या डॅडच्या रूम मध्ये राहण्यास गेलात. आणि तुम्ही कार्बन कंपाऊंडच्या सानिध्यात गेल्यामुळे तुम्हालाही भूत दिसण्याचे भास होऊ लागले. आणि तुम्ही घाबरून भारतामध्ये आत्याकडे आलात.

तुम्ही भारतात गेल्यानंतर हेनरीला ह्या घरात आता मोकळीक मिळाली होती. त्याने तुमच्या डॅडच्या रूममध्ये सोनं शोधण्याच्या हेतूने खोदकाम सुरू केले. परंतू जास्त काळ रूममध्ये राहिल्यामुळे त्यालाही आता वेगवेगळे आभास होऊन रूम मध्ये भूत असल्याचे जाणवू लागले. त्यामुळे तो घाबरून घराच्या बाहेर पळून गेला. त्यानंतर त्याने ह्या घरामध्ये भूत असल्यामुळे खोदकाम करणार नसल्याचे त्या दोघांना सांगितले असणार. त्यानंतर हेनरीला न सांगताच एलिझाबेथ आणि मॅडसन गुपचूप मागच्या खिडकीतून येऊन खोदकाम करू लागले. तोच खोदकामाचा आवाज बाहेर हेनरीला ऐकू येत होता. त्याच्यामताप्रमाणे भूतच रूममध्ये खोदकाम करत होते. आपण इथे आल्यानंतर त्या दोघांचेही इथे येणे बंद झाले.

काल रात्री केसच्या संदर्भात विचार करत असताना बराच वेळ झाला होता. जवळपास बारा वाजले असेल. छतावरून प्रकाशाचा एक तिरपा झोत पूर्वेकडील भिंतीवरील आरशावरती पडला. मी काहिसा विचार करून थोडावेळ आरशासमोर उभा राहिलो. तेव्हा तुमच्या डॅडने लिहिलेल्या शेवटच्या चिठ्ठीवरील मजकूर मला आठवला.

{"पंधरा मिनिटांच्या दिर्घ प्रतिक्षेनंतर काळोख्या अंधारातही केव्हातरी घरात मध्यांनी शितळ प्रकाश पडावा. त्या शितळ प्रकाशात आपल्याला सुंदर चेहऱ्यांचा अनुभव व्हावा. चेहरा बघताना कितीतरी वेळ तसेच स्वतामध्येच हरवून जावे, स्वतःच्या डोळ्यात सूर्याचे तेज दिसावे. दुरदृष्टिकोनाने त्याच सूर्य किरणांच्या उद्गमतेचे स्थान शोधावे. सूर्याची किरणे मनाच्या भितींवर उमटून सोनेरी किरणांनी आयुष्य प्रकाशमय करून घ्यावे".}

'पंधरा मिनिटांच्या दिर्घ प्रतिक्षेनंतर काळोख्या अंधारातही केव्हातरी घरात मध्यांनी शितळ प्रकाश पडावा'

ह्यावर बराच विचार केल्यावर माझ्या डोक्यात प्रकाश पडला होता. त्याचा अर्थ असा होता की, अमावास्येच्या पंधरा दिवसाच्या काळोख रात्रीनंतर पौर्णिमेचा

चंद्र उगवतो. आणि त्या चंद्राचा शितळ प्रकाश मध्यरात्री घराच्या छतातून घरात येईल. पुढील वाक्य होते.

"त्या शितळ प्रकाशात आपल्याला सुंदर चेहऱ्यांचा अनुभव व्हावा".

या वाक्याचा विचार करताना माझ्या डोक्यात विचार आला. आपल्याला चेहऱ्याचा अनुभव घेण्यासाठी आरशात बघावेच लागते. म्हणून मी आरशासमोर उभा राहून त्यात चेहरा बघू लागलो. परंतू वाक्यात होते की चेहऱ्यांचा अनुभव व्हावा.

'चेहऱ्यांचा'

हा शब्द त्यात अनेकवचनी होता. म्हणून मी लक्ष देऊन आरशात बघितले. आरशाच्या समोर माझ्या पाठिभागील भिंतीवर निसर्गाचे एक चित्र होते. आरशावरती पडलेला प्रकाश परावर्तित होऊन त्या चित्रावर पडला होता. त्यामुळे सहजासहजी न दिसणारे अदृष्य चार चेहरे समोरील आरशात दिसू लागले. चित्रकाराने ते चित्र अश्या प्रकारे चित्रित केले होते की, जास्त प्रकाश असताना, किंवा खूपच कमी प्रकाश असताना, आणि समोरून बघताना ते चेहरे त्यावर दिसत नव्हते. समोरून बघितल्यास ते चेहरे उलटे असल्यामुळे पाण्याने भरलेली चार मडकी दिसायची. फक्त आरशातच ते चेहरे सरळ दिसायचे. तेही शितळ प्रकाशातच.

पुढचे वाक्य होते,

"चेहरा बघताना कितीतरी वेळ तसेच स्वतामध्येच हरवून जावे, स्वतःच्या डोळ्यात सूर्याचे तेज दिसावे".

ह्या वाक्यातून तुमच्या डॅडला नक्की काय सांगायचे असेल याचा मी बारकाईने विचार करू लागलो.

"चेहरा बघताना कितीतरी वेळ तसेच स्वतामध्येच हरवून जावे".

म्हणजेच कदाचित आरशात दिसणाऱ्या चारही चित्रांचे व्यवस्थितपणे निरिक्षण करायचे असेल. असे ठरवून मी अगदी बारकाईने नजर न हटवता एकटक त्या चेहऱ्यांकडे बघत राहिलो. त्या चारही चेहऱ्यांवर एक नाजूक स्मित हास्य होते. आणि ते चारही वेगवेगळ्या दिशेने बघत होते. ह्या चेहऱ्यांकडे बघून नक्की काय समजावे? हा प्रश्न मला पडला. त्यानंतर मी,

"स्वतःच्या डोळ्यात सूर्याचे तेज दिसावे"

ह्या वाक्याचा जास्त विचार केला. स्वताच्या डोळ्यात म्हणजे नक्की काय असेल? याचा अनेक वेळेस विचार केल्यानंतर मी आरशातील माझ्या चेहऱ्याकडे बघितले. निरीक्षण करताना माझ्या कपाळावर मला जराशा आठ्या पडलेल्या

दिसल्या. डोक्यात एक विचार आला की स्वतःच्या चेहऱ्यासारखाच चेहरा आपल्याला चित्रातील चेहर्यांमध्ये शोधायचा असेल. पुन्हा चित्रांतील चेहऱ्यांचे एकचित्त करून बारकाईने निरीक्षण करू लागलो. त्या चेहऱ्यांमध्ये एक चेहरा अगदी तमुसभर थोडासा किंचीत वेगळा जाणवला. त्याच्या कपाळावर बारिकशी आठी पडलेली होती.

"डोळ्यांत सूर्याचे तेज दिसावे"

म्हणजेच कदाचित त्या चित्रातील व्यक्तीच्या डोळ्यांचे अवलोकन करावे असा अनुमान मी लावला.

"दुरदृष्टिकोनाने त्याच सूर्य किरणांच्या उद्गमतेचे स्थान शोधावे"

म्हणजेच त्या वेगळ्या दिसणाऱ्या चेहऱ्याची नजर नेमकी कुठे आहे याचा शोध घ्यायचा. त्याच्या नजरेचे निरीक्षण केल्यावर समजले की त्याची नजर पूर्वेकडील भिंतीच्या कोपऱ्यावर स्थिरावलेली होती. आता शिल्लक राहिले होते फक्त शेवटचे वाक्य,

"सूर्याची किरणे मनाच्या भितींवर उमटून सोनेरी किरणांनी आयुष्य प्रकाशमय करून घ्यावे".

मी शेवटच्या वाक्यातील आशयाची जुळवाजुळव करू लागलो. बऱ्याचशा विचारानंतर अंतिमता मला त्या वाक्याचा आशय कळाला. म्हणजेच त्या वाक्याचा हेतू असा होता की, त्या चित्रातील व्यकीची नजर भिंतीवरती ज्या ठिकाणी पडलेली आहे, त्या ठिकाणी तुम्हाला अशी काही मौल्यवान गोष्ट मिळेल, की त्यामुळे तुमच्या आयुष्यात सुख आणि समृद्धीचा प्रकाश पडेल. म्हणजेच भिंतीवरील त्या ठिकाणीच तुमच्या डॅडने सोनं लपवलेले आहे. हे मी खात्रीशीर ओळखले होते. तुमच्या डॅडने लिहलेल्या पहेलीचा पूर्णपणे उलगडा झाल्यानंतर मी अनेक गोष्टींबद्दल विचार करत बिछान्यावर पडलो. आणि थोड्याच वेळात निद्राधीन झालो.

या घटनेतील सर्व आरोपींना रंगेहात पकडण्यासाठी आज सकाळी मी एक योजना आखली. सकाळी मुद्दाम मी हेनरीकडे मोठ्या हातोडीची विचारपुस केली. त्यामुळे त्याला नक्कीच वाटले असणार की,मला रुम मध्ये काहीतरी गोष्ट सापडली असणार. तो गुपचूप चोरपावलांनी माझ्या मागे आला होता. ही गोष्ट मला कळाली होती. परंतू मलाही तेच हवे होते. मी हातोडीचे प्रहार करुण भिंतीचे वरील आवरण फोडले आणि त्यातून अनेक बिस्किटच्या आकाराची सोन्याची तुकडी भराभर खाली पडली. ही गोष्ट हेनरी पण बघत होता. आवाज ऐकून तुम्ही ह्या रूम मध्ये आलात. समोर एवढे सोनं बघून तुम्ही आश्चर्यचकित झालात. हे

गुढ जाणून घेण्याच्या हेतूने तुम्ही मला प्रश्न करणार इतक्यात मी इशारा करून तुम्हाला गप्प राहण्यास सांगितले. आपण सोनं घेऊन आजच्या आज निघून जाऊ त्यासाठी प्रोटेक्टिव बॅगा घेऊन येऊ हे मी हेनरीला ऐकू जाईल अश्या आवाजात बोललो. आणि आपण रूम बंद करुण घराबाहेर पडलो. मला माहिती होते ते सोनं लवकर लंपास करण्यासाठी हेनरी एलिझाबेथ आणि मॅडसनला नक्की बोलवेल. पुढे जो काही दृष्टांत घडला, तो सर्व तुम्ही स्वतः बघितला आहे. खरे तर मला ह्या सर्व आरोपी बद्दल लवकर कळाले होते. परंतू त्यांनी दोन्ही पण खून इतक्या शातीर पद्धतीने केले होते की. आपल्याला सर्व काही माहिती असुन पण आपण त्यांना तुरुंगात घालू शकलो नसतो. त्यामुळे त्यांना रंगेहात पकडून देणे हाच आपल्याकडे एक मार्ग शिल्लक होता. आणि आपण तोच मार्ग अवलंबला.

मेरीचा चेहरा आश्चर्याने फुलून गेला होता. ह्या संपूर्ण केसचे संभाने चलाख बुद्धीने केलेले निरसन आणि डॅडने लिहलेल्या त्या पाचसहा ओळींचा गुढ अर्थ संभाने इतक्या चातुर्याने शोधल्यामुळे मेरीला संभाचा अभिमान वाटू लागला होता. आता जवळपास मध्यरात्र ओलांडून गेली होती. संभाच्या चातुर्याबद्दल विचार करत मेरी झोपी गेली.

आज मेरीच्या आयुष्यात एक नवीनच आनंददायी पहाट उगवली होती. आजपण मेरीला कुणाच्यातरी आवाजानेच जाग आली परंतू हा येणारा आवाज त्या कपटी एलियानाचा नसून, अनेक पिल्लांना झोपेतून जागे करणाऱ्या पक्षांचा होता. मध्येच कोकीळेचा सुमधुर आवाज एका सुंदर गाण्यामधील बासुरीच्या आवाजाप्रमाणे मनमोहक वाटत होता. आता सकाळ झाली होती. रात्रीच्या अंधाराप्रमाणे मेरीच्याही आयुष्यातील अंधार संभारूपी सूर्याने कायमचा नष्ट करुन तीच्या आयुष्यात सुखाचे आणि आनंदाचे सोनेरी किरणे प्रेरित केली होती.

सकाळी दहा वाजता संभा आणि मेरी कॅलिफोर्नियातील विमानतळावर उभे होते. थोड्याच वेळात भारताकडे जाणारे विमान आले. विमानाच्या दिशेने जाता जाता संभा मेरीला म्हणाला,

" यापुढे पुन्हा काहीही अडचण आली, तरी निसंकोचपणे भारतामध्ये या. भारतभूमीचा हा सूपुत्र जगातील अडचणीत असलेल्या सर्व माता,भगिनी, आणि भांवडे यांना अडचणीतून मुक्त करण्यासाठी सदैव तत्पर असतो".

संभाचे हे आधार देणारे हृदयस्पर्शी शब्द ऐकून मेरीचा उर अभिमानाने भरून आला होता. काही वेळाने संभा बसलेल्या विमानाने भारताच्या दिशेने उड्डान घेतले. थोड्याच वेळात ते दिसेनासे झाले. विमान नजरेच्या पल्याड निघून गेले होते. परंतू मेरी अजुनही तशीच आकाशाकडे बघत होती. जणू काही ती त्या

निळ्याभोर आकाशाच्या पलिकडे असलेल्या ईश्वराचे आभार मानून, डोळ्यांतून घळघळा वाहणाऱ्या अश्रुंनी अभिषेकच घालत होती

2

प्रेशियस डायमंड

पहाटेच्या शांततेचा भंग करून नुकत्याच झोपेतून उठणाऱ्या पक्षांचा किलबिलाट आजूबाजूच्या झाडीमंध्ये घूमू लागला होता. पक्ष्यांचा तो सुमधुर आवाज थंड हवेच्या झोतावर आरूढ होऊन निद्राधिन झालेल्या मनाला आस्त्वित्वाची जाणीव निर्माण करून देण्यासाठी कर्णपटलावर येऊन धडकत होता. सूर्याची कोवळी किरणे हळूहळू सगळीकडे पसरायला लागली होती. दूरवरून आलेली ती किरणे झांडाच्या पाणावर असलेल्या दवबिंदूवर पडून अधिकच आकर्षक दिसत होती. पोटाची खळगी भरण्याकरता पक्ष्यांचे थवेच थवे दूरवर जाताना दिसत होती. मागे उरला होता तो फक्त पानांचा सळसळाट आणि नुकत्याच जन्मलेल्या पक्ष्यांचा नाजुकसा किलबिलाट.

मन मोहून टाकणाऱ्या त्या वातावरणात संभाचा व्यायाम चालू होता. बराच वेळ त्याने व्यायाम केल्यानंतर सकाळची सर्व कामे आटोपून तो आपल्या खूर्चीत बसला होता. काही वेळापूर्वीच पेपरवाल्याने टाकलेला पेपर तो वाचत होता. पेपर वाचण्याचे काम त्याचे चालूच होते, इतक्यात दरवाज्यावर एक थाप पडली. दुसरी थाप पडणार तितक्यात संभाने आतून आवाज दिला "मिस्टर साठे, दरवाजा ढकलून आत या, दरवाजा उघडाच आहे". दरवाजा उघडून एक इसम घाबरतच पण तितक्याच कुतूहलाने आत मध्ये आला. उजव्या हातात कुबडी, त्याच बाजूने किंचितसा झुकलेला, डोळ्यावरील चस्मा ओघळता नाकावर आलेला, डोळे काहीसे खोबनीत गेलेले परंतू तिक्ष्ण नजर, शरिरानेही जवळपास पन्नासशी ओलांडलेला इसम तोंडाचा आ करून दरवाज्यात उभा होता. आपल्याला न बघताच ह्या व्यक्तीने कसे ओळखले? यामुळे तो आश्चर्य चकित झाला होता. माझ्या माहितीप्रमाणे डिटेक्टिव संभा तुम्हीच असणार. संभाने होकारार्थी मान हालवली.

"हो मीच आहे संभा" असे म्हणत त्याने बसण्यासाठी खूर्ची त्या इसमा समोर ठेवली आणि त्यांना बसण्याचा संकेत केला.

तो व्यक्ती खूर्चीवर बसला, परंतु त्याच्या मनात विचारांचा नुसता कल्लोळच उठला होता. आणि त्याचे ते विचार आता त्याच्या चेहऱ्यावर पूर्णपणे उमटू लागले होते. संभाने न बघताच त्याच्या नावाचा केलेला उल्लेख त्याच्या मनात आश्चर्याच्या व संशयकल्लोळाच्या लाटा निर्माण करत होता.

संभाने सिगारेट पेटवून त्याचा एक झुरका मारला. आणि समोर बसलेल्या व्यक्तीकडे सिगारेट करून म्हणाला "घेणार का?" त्या व्यक्तिनेही जास्त विचार न करता संभाकडून सिगारेट घेतले आणि एका मागे एक करत चार पाच झुरके मारले आणि थोडासा शांत झाला.

परंतु सिगारेटच्या वाढत्या धूरासोबतच त्याच्या डोक्यातील विचारांचे झोत अधिकाधीक वाढू लागले. संभा खरोखर आपल्याला ह्या संकटातून सोडवेल का? खरोखर हा हुशार असेल का? ह्याकडून काम शक्यच झाले नाही तर? अश्या अनेक प्रश्नांचे विचारचक्र त्यासभोवती फिरू लागले होते. थोडासा धीर धरून दबक्या आवाजात त्याने सांगण्यास सुरुवात केली. " तुम्ही म्हटल्याप्रमाणेच माझे नाव व्यंकटराव साठे आहे. मी पेशाने (समोरील व्यक्तीच्या मनात चाललेला अविश्वासाचा गदारोळ बघून संभा त्याचे बोलने मध्येच थांबवत बोलू लागला) "तुम्ही पेशाने सोनार आहात. नुसते सोनारच नव्हे तर हिऱ्यांचे प्रशस्त व्यापारी पण आहात. मिस्टर माने ह्या शहरातील एका प्रख्यात उद्योगपतींनी तुमच्याकडे मौल्यवान रत्नजडीत हिऱ्यांची मागणी केलेली होती. आणि त्यांनी त्यासाठीचे पुरते पैसेही तुम्हाला दिले होते. ते मौल्यवान हिरे त्यांना सुपूर्द करण्यापूर्वीच ते काल चोरी झाले. काल दिवसभर तुम्ही त्याच विचारात आणि चिंतेत होते. चिंता जसजशी तुम्हाला ग्रासू लागली, आणि ह्या प्रकरणातून बाहेर येण्याचे सर्व पर्याय संपले असे वाटू लागले, तेव्हा यातून बाहेर पडण्यासाठी तुम्ही स्वःताचे जीवनच संपविण्याचा प्रयत्न केला. परंतू घरातील लोकांच्या सावधानतेमुळे तुमचा तोही प्रयत्न विफळ ठरला. तुम्ही पुन्हा आत्महत्येचा प्रयत्न करू नये,म्हणून घरातील व्यक्तींनी तुमच्यावर लक्ष ठेवले. त्यामुळे घरातून बाहेर पडणेही अशक्य झाले. त्याच रागात आणि चिंतेत तुम्ही जेवणही अर्धवट केले. त्यानंतर बऱ्याच प्रमाणात ड्रग्स घेऊन तुम्ही झोपी गेलात. सकाळी उठल्यानंतर ह्या संकटातून मार्ग काढण्यासाठी माझी मदत मिळावी ह्या उद्देशाने तूम्ही इथे येण्यासाठी खूपच घाईत निघालात. दरवाजामधून बाहेर पडल्यास घरातील मंडळी बाहेर जाऊ देणार नाहीत, हे चांगल्याप्रकारे माहिती असल्यामुळे तुम्ही खिडकीतून घराच्या बाहेर

आलात. घरामागील गुलाबाच्या परसबागेतून होऊन तारेचे कूंपन ओलांडून लगतच्या रस्त्याला लागलात. एका माउंटेन कंपनीच्या टॅक्सीमधून तुम्ही नेरूळ पर्यंत प्रवास केला. घाईत निघाल्यामुळे खिशात पैसे नसल्याकारणाने टॅक्सी चालकाशी भाड्यावरून वाद झाला. तुम्ही त्याला ओळख पटवून देऊन हे भाडे नंतर भरेल असे काहीसे कारण सांगून तिथून निघालात. आणि आत्ता माझ्यासमोर हजर आहात.

व्यंकटरावांचे तोंड आणि डोळे अवाक् होऊन उघडेच राहिले. इतकी मिळती जुळती माहिती मिळाल्या बद्दल साठे आश्चर्य चकित झाले होते. आणि जरासे गोधंळलेही होते. त्यांचा गोंधळलेला चेहरा अनेक प्रश्नांची उत्तरे मागत होता. पण बाहेर पडू पाहणारे शब्द घशातच अडथळून मागे फिरत होते.

त्यांची झालेली ही अवस्था संभाच्या नजरेतून सुटली नाही.

" मि.साठे तुम्हाला काही विचारायचे किंवा सांगायचे आहे का?"

"नाही, हो हो विचारायचे म्हणजे माझी एवढी तंतोतंत माहिती तुमच्याकडे कशी? तुम्ही माझ्या मागावर होते का? कृपया मला स्पष्ट सांगा. माझे मन भितीने ग्रासले आहे."

मि.साठे अजिबात घाबरून जाऊ नका. मी काही तुमच्या मागावर नव्हतो. मि. माने या उद्‌योगपतींच्या घरी दोन महिन्यांपूर्वी त्यांच्या मुलीच्या वाढदिवसानिमित्ताने भव्य कार्यक्रम आयोजित केलेला होता. वाढदिवसाची भेट म्हणून त्यांनी त्यांच्या मुलीला फक्त एक ड्रेस दिला. त्यामुळे ती नाराज झाली आणि तिने तो ड्रेस स्टेज च्या खाली फेकून दिला. त्यावेळेस मि. माने तिला समजावत म्हणाले,

"बेटा तुझी मौल्यवान भेट वेळेत पोहचली नाही म्हणून तात्पुरता ड्रेस दिला. बाबांची भेट अशी धुडकावून लावू नकोस. तु स्वप्नातही विचार करणार नाही अशी मौल्यवान भेटवस्तू मि लवकरच तुला देईल".

हे बोलत असताना त्यांची नजर तुमच्यावर पडली आणि थोडेसे स्मित करून ते म्हणाले,

"हो की नाही मि.साठे?"

तेव्हा तुम्ही हसतच त्यांच्याकडे बघून माण हालवून होकार दिला होता.

त्याचवेळी माझ्या लक्षात आले होते की मि.साठेंनी ती मौल्यवान वस्तु तुम्हालाच बनविण्यास सांगितलेली असणार.

"माफ करा संभा सर तुमच्या बोलण्यात व्यत्यय आणतोय परंतू हे सर्व तुम्हाला कसे माहित?"

"कारण त्या कार्यक्रमाचे आमंत्रण मला पण होते मि.साठे त्यामुळे मीसुद्‌धा तिथे उपस्थित होतो."

"हे सर्व ठिक आहे, परंतू काल मी आत्महत्येच्या प्रयत्न केला हे तुम्हाला कुणी सांगितले?"

"तुमच्या माणेवर पडलेल्या गोलाकार खुणेने सांगितले. की काल तुम्ही आत्महत्येचा प्रयत्न करत होता."

तुम्ही जिवन संपवणारच होते परंतु तुमच्या घरच्यांनी तुम्हाला तसे करू दिले नाही. आणि तुम्ही पुन्हा असा प्रयत्न करू नये ह्यासाठी त्यांनी सतत तुमच्यावर नजर ठेवली असणार. ह्याचमुळे आता तुमचे घराबाहेर पडणे अडचणीचे झाले होते. पोलिसांत तक्रार द्‌यावी तर मि. मानेंना झालेला प्रकार समजेल. काही करायला जाव तर घरचेही बाहेर पडू देईनात. त्याच टेंशन मुळे तुम्ही जेवणाच्या ताटावरून हात न धूताच उठले असणार. तुमचा डाळीने माखलेला हात बघूनच मी सांगितले की तुम्ही अर्धवट जेवण केले. पुन्हा पुन्हा तोच विचार करून टेंशन वाढल्याने तुम्हाला झोप लागेना. त्यामुळे कसलीतरी नशा करावी हा विचार तुमच्या डोक्यात घर करत असणार. तुम्ही मद्‌यप्राशन करण्यास गेलात परंतू कदाचित ते संपलेले असणार त्यामुळे रागातच हातातील ग्लास तुम्ही फोडला, त्याची जखम तुमच्या डाव्या हाताला दिसतेय अजून. नंतर तुम्ही ड्रग्स कडे मोर्चा वळवला. ड्रग्स ची नशा करून तुम्ही तसेच झोपी गेलात. तुमच्या डाव्या हाताच्या अंगठ्‌यावरील सफेद निशाण, लालसर झालेल्या डोळ्यांच्या कडा आणि डोळ्यांच्या खालील भागाला असलेली सुज हेच दर्शवत आहे.

सकाळी उठल्यानंतर माझी मदत मिळावी ह्या उद्‌देशाने माझ्याकडे येण्यास निघालात परंतू घरचे बाहेर जाऊ देणार नाहीत हे लक्षात घेऊन तुम्ही घराच्या मागच्या बाजूची खिडकीची काच हाताने फोडण्याचा प्रयत्न केला. हे तुमच्या उजव्या हाताच्या कोपऱ्यातून निघालेल्या रक्तावरून समजते. ती काच नंतर तुम्ही हातातील कुबडीने फोडून खिडकी द्‌वारे परसबागेत उतरलात. बाहेरील नोकर चाकर कुणी बघू नये म्हणून खाली बसून घसरत घसरत मागील तारकुंपणापर्यंत तुम्ही पोहचलात. घसरताना परसबागेतील गुलाबाच्या फुलांना स्पर्श झाल्यामुळे त्यांचा सुगंध तुमच्या कपड्‌यांवरती अजूनही दरवळत आहे. म्हणून मी म्हटलो की तुम्ही गुलाबाच्या परसबागेतून आलात. हाताला बसलेले तारीचे वरखडे, छातीवर,पोटावर आणि गुडघ्यावर फाटलेल्या कपड्‌यांमुळे लक्षात आले की तुम्ही तारकुंपणातून शिरकाव करून पलायन केले.

तुमच्या शर्टच्या खिशातून बाहेर आलेल्या अर्ध्या तिकिटावर एम अक्षर पाहिल्यावर लक्षात आले की तुम्ही माउंटन कंपनीच्या टॅक्सीमधुन प्रवास केला. एम अक्षराखालीच २०० रुपये घेणे असे पेन ने लिहिलेले आहे. याचाच अर्थ घाईत निघाल्यामुळे तुम्ही पैसे घेण्याचे विसरलात आणि त्यावरून तुमचे टॅक्सी मालकाशी नक्कीच वाद झाले असणार.

नेरूळपासून पुढे तुम्ही घोडागाडीने प्रवास केला आणि इथे पोहचलात. तुम्ही घोडागाडीतू उतरल्यानंतर त्याला देण्यासाठी तुमच्याजवळ पैसे नसल्यामुळे घोडागाडीवाला तुम्हाला म्हंटला,

"हातात तर चार पाच सोन्याच्या अंगठ्या आहेत आणि भाडेदेण्यासाठी पैसे नाही ."

तेव्हाच मी ओळखले की येणारा इसम हा श्रीमंत आहे. तुम्ही बाहेरून चालत येत असताना हातातील कुबडीचा खट खट होणारा आवाज ऐकून लक्षात आले की येणारा व्यक्ती हा एका पायाने अपंग आहे. श्रीमंत आणि अपंग असणारी कोण व्यक्ती एवढ्या सकाळी माझ्या येऊ शकते? हा विचार करतानाच थोड्यावेळापूर्वीच वाचलेली चोरीची बातमी (शहरातील प्रशस्त आणि मोठे हिऱ्यांचे व्यापारी मि. साठे यांचे करोडोंचे हिरे चोरिला गेले.) माझ्या लक्षात आली.तुम्ही अपंग आहे हे मीच नाही तर संपूर्ण शहर ओळखते. त्यामुळे चटकन माझ्या लक्षात आले की येणारी व्यक्ती मि.साठेच आहेत.

मि. साठे आश्चर्याने विस्मयित झाले होते. त्यांची बोलतीच बंद झाली होती. आपण कोणत्या कामासाठी आलोय हेच ते क्षणभर विसरून गेले होते.

"बरोबर का मि.साठे?"

"होय अगदी असेच झाले. आपण माझे काम नक्की कराल याची मला खात्री झाली आहे."

"तर मि.साठे घडलेल्या सर्व गोष्टींचे सविस्तर वर्णन सांगा. कुठल्याही गोष्टींकडे दुर्लक्ष करू नका. जेणेकरून लवकर तुमचे मौल्यवान हिरे शोधता येतील."

"संभा सर ह्या प्रकरणाची सुरुवात तीन महिन्यापूर्वी झाली. तीन महिन्यापूर्वी मला शहरातील प्रख्यात उद्योगपती मि.माने यांचा कॉल आला. त्यांनी मला त्यांच्या मुलीच्या वाढदिवसानिमित्त भेट देण्यासाठी एक रत्नविभूषित हिऱ्यांची मौल्यवान टोपी बनविण्यास सांगितली. मी पण त्यांच्या अपेक्षेप्रमाणे टोपी बनविण्यास होकार दिला. टोपीचा कच्चा आराखडा बनवून त्यात शोभेल असे योग्य आकाराचे हिरे बनविण्याची ऑर्डर मी सुप्रसिद्ध 'डायमंड' कंपणीला दिली.

आमच्याच दुकानात गेली अनेक वर्ष काम कारणाऱ्या नारायणला मी टोपीचा कच्चा आराखडा बनवून दिला. आणि तशीच उत्तम प्रकारची कलाकुसरीची टोपी बनविण्यास सांगितले.

एवढी मोठी ऑर्डर मिळाल्यामुळे मी खुप खुष होतो. घरी गेल्यावर सर्वप्रथम नेहमी प्रमाणेच मी माझ्या बायकोला सांगितले. ती पण खुप आनंदी झाली होती. कारण ह्या ऑर्डरमध्ये नफा मात्र फार होता.

दोन दिवसांनंतर मला एका अनोळखी व्यक्तीचा कॉल आला.

"साठे मानेंची घेतलेली ऑर्डर रद्द कर नाहीतर महागात पडेल."

मी त्याला कोण बोलतयं याची विचारपूस करणार एवढ्यात त्याने कॉल बंद केला. असेल कुणीतरी असे समजून मी त्या गोष्टीकडे दुर्लक्ष केले.

पंधरा दिवसात दिलेल्या आराखड्याप्रमाणे टोपी बनवून ठेव असे मी नारायणला सांगितले होते. परंतु काही कारणोस्तव टोपी बनवून झाली नाही असे त्याने सांगितले. कामात कसलीही दिरंगाई झालेली मला आवडत नाही. मी त्याला खडसावून सांगितले की अजून पाच दिवसांमध्ये टोपी उत्तम प्रकारे बनवून झालीच पाहिजे. त्याने होकार कळविला आणि निघून गेला.

वाढदिवस जवळ येऊन ठेपला होता. त्यामुळे हिऱ्यांची ऑर्डर कधी मिळते ह्याकडे माझे लक्ष लागून होते. एके दिवशी पुन्हा मला अनोळखी नंबरचा कॉल आला. आणि तीच मानेंची ऑर्डर न घेण्याची धमकी दिली. मी त्याला म्हणालो आता जर तु पुन्हा अशाच धमक्या देत राहिलास तर मला पोलिसांत तुझी तक्रार द्यावी लागेल. त्याने पुढे काही न बोलता कॉल बंद केला. त्यानंतर आजपर्यंत मला त्या अनोळखी इसमाचा कॉल पुन्हा आला नाही.

पाच दिवसात नारायणने टोपी आणून दिली नाही. म्हणून मी त्याला बोलावून घेतले आणि त्याला करड्या शब्दांत चांगलेच खडसावले. शेवटचे सहा दिवस राहिलेले आहे. तुला कुठल्याही परिस्थितीत टोपी ही बनवून द्यावीच लागेन. नाहीतर माझ्याइतके वाईट कुणी नाही नारायणराव लक्षात ठेव. आणि लाग कामाला लगेच. तोही चांगलाच घाबरला होता. मालक माफ करा, मी लवकरच टोपी बनवून आपल्याकडे सुपूर्द करेल. आणि खाली मान करून तो निघून गेला.

"मि. साठे नारायणने ह्या पूर्वी केव्हा सांगितलेल्या कामात दिरंगाई केली होती का ?"

"नाही. केव्हाच नाही. नारायण हा उत्तम कपडे बनविणारा आणि विश्वासू शिंपी होता. त्यामुळेच तर कसलाही विचार न करता ती जबाबदारी मी तत्काळ नारायण कडे सोपवली होती."

"माफ करा मि. साठे तुमच्या बोलण्यात मध्येच व्यत्यय आणला. आपण पुढे सांगावे."

"जसजसे वाढदिवस जवळ येऊ लागला तसतशी माझी चिंता वाढू लागली. मानेंचाही कॉल मला येऊन गेला होता. माझ्या चिंतेत अजूनच वाढ झाली होती. वाढदिवसाच्या आधीच आपली भेटवस्तू तयार असेल चिंता नसावी. असा दिलासा मि साठेंना दिला होता. हिरे केव्हा पोहचतील याची मी वाट बघू लागलो होतो. कारण वाढदिवसाला आता फक्त दोन दिवस शिल्लक राहिले होते."

"बऱ्याच दिवसांपूर्वी आम्ही घरात देवाचा मोठा कार्यक्रम ठेवणार होतो. परंतू काही ना काही कारणोस्तव कार्यक्रम पुढ्यातच ढकलला जात होता. ह्यावेळेस बायको मात्र हट्टाला पेटली होती. एवढ्या चार पाच दिवसांत कार्यक्रम करूनच टाकायचा तगादा तिने लावला होता. इतर वेळेस काहीना काही कारण सांगून टाळता येत होते. परंतू ती ह्यावेळेस ऐकेनाच. तीला कुठलेही कारण मान्य नव्हते."

टपाल मध्ये माझ्या नावे एखादे पत्र आलेय का?बघावे म्हणून टपाल कडे चाललो होतो. रस्त्यातच मला नारायण दिसला.

"नारायण इकडे कुठे चाललास? दिलेले काम पूर्ण केलेस का?"

"मालक थोडेसेच राहिले आहे काम. रात्रीचा दिवस करतो, आणि काम पूर्ण करतो."

"तुला किती दिवस वाढवून दिलेस नारायण? तुझ्याकडुन काम होणार कि नाही स्पष्ट सांग. अन्यथा मला ते काम दुसरीकडे द्यावे लागेल."

"क्षमा असावी मालक असे करू नका. गरिबाच्या पोटाचा विचार करा. कलाकुसरीचे काही सामान मला वेळेत मिळाले नाही म्हणून उशीर झाला. परंतु आता कसलाही अवलंब होणार नाही."

"ठिक आहे लवकर बनव. आणि इकडे कुठे चालला होता तु?"

"किराणा आणण्यास मालक. परंतू आता नंतर घेईल किराणा."असे म्हणून तो मागे वळाला. दुसरे काही बोलणार एवढ्या वेळेत तो रस्ता पार करून पुढे निघूनही गेला होता.

टपाल मध्ये जाऊन माझ्या नावे पत्र आले आहे का? याची चौकशी केली. आत्ताच तुमच्या नावे पत्र आल्याचे पोस्टमन ने सांगितले. मी घाईनेच पत्र उघडून बघितले. आणि मजकुराच्या ओळी पटपट वाचू लागलो.

"मिस्टर साठे, तांत्रिक अडचणीमुळे कंपणीच्या कामात बिघाड झाल्यामुळे आपला माल आम्ही आपल्याकडे वेळेत सुपूर्द करू शकलो नाही त्याबद्दल

क्षमस्व. पुढील दोन दिवसांत १० तारखेला तुमचा माल तुम्ही नमुद केलेल्या पत्यावर पोहचेल. चिंता नसावी.”

चिंता कशी नसावी? आता तर अजूनच चिंता आ करून समोर थैयथैय नाचत होती. उद्या तर वाढदिवसाचा कार्यक्रम. अजून हिरे पण आले नाही आणि टोपी पण झाली नाही. उद्या मानेंना काय उत्तर देणार? विचार करतच आल्या पावली माघारी चाललो होतो.

"मालक, घरी निघालेत का?"

मागूनच नारायणचा आवाज ऐकू आला. तसे मी मागे वळून बघितले. तो झपाझप पावले टाकत माझ्याकडे आला.

"होय. घरीच निघालोय. परंतु तुला घराकडे निघून बराच वेळ झाला आहे.तु अजून पर्यंत काय करत होतास इथे?"

"मालक. एका जुन्या मित्राची वाट बघत होतो. बराच वेळ झाला परंतू तो अजूनही आलाच नाही. कंटाळून निघालोच होतो इतक्यात तुम्ही समोर दिसले. आणि मी तुम्हाला थांबविण्यासाठी आवाज दिला."

"अच्छा ठिक आहे. निघूया दुकानवर.”

"हो मालक निघूया. मालक रागावणार नसेल तर एक विचारू का?"

"हो विचार."

"मालक. काही चिंता आहे का? तुमचा चेहराच तसे दर्शवतो आहे म्हणून विचाराव वाटले."

"हो जराशी चिंता आहेच. आपल्याला मिळालेले काम उद्यापर्यंत पूर्ण होण्यास हवे होते. परंतू तू टोपीही वेळेत बनवली नाहीस. आणि डायमंड कंपनीने सुद्धा दोन तीन दिवस काम पुढे ढकलले. मानेंना काय उत्तर द्याव सुचेनासे झालेय."

"माफ करा मालक लहान तोंडी मोठा घास घेताय परंतू आपण मानेंना आहे ती परिस्थिती सांगितली आणि त्यांच्याकडे दोन तीन दिवस थांबण्याची विनंती केली, तर नाही का जमणार?"

"मि. माने कसे ऐकणार? एक तर ते रागीट स्वभावाचे. आणि वाढदिवस त्यांच्या एकुलत्या एका लाडक्या मुलीचा. परंतु आता त्यांच्याकडे विनवणी करून मुदत वाढवून मागण्या पलीकडे दुसरा पर्याय पण नाही."

नारायणला दुकानवर सोडल्यानंतर मानेंना काय सांगावे हाच विचार करत मी घरी पोहचलो. घरी आल्यानंतर मि.मानेंना मी कॉल केला. त्यांना सत्य परिस्थिती सांगुन मुदत वाढीची विनंती करून विलंब झाल्याबद्दल क्षमा मागितली. सुरवातीला त्यांनी बरेच खडसावले. मुलीचा रोष आता माझ्यावरच ओढावेल. परंतु

ठिक आहे एक दोन दिवस मुलीकडे मागून घेईल. पुन्हा सर्व कामे वेळेत करा. असे बोलून त्यांनी कॉल बंद केला.

वाढदिवसाला मी सपत्नीक हजेरी लावून आलो. तिथे तुम्ही मानेंचा मुलीचा झालेला रोषही बघितला. थोडावेळ थांबून तिथून आम्ही काढता पाय घेतला आणि घरी आलो.

बायकोने ठरविल्याप्रमाणे दोन दिवसांनंतर घरी कार्यक्रम आयोजित केला होता. आतस्वकियांना आमंत्रण दिले होते. कार्यक्रमाच्या एक दिवस अगोदर फक्त आमचे पूजनीय मोरे गुरुजी त्यांच्या पत्नी सोबत आले होते.त्यांची मुलगी राधा ही मात्र त्यांच्यासोबत आलेली नव्हती. ते माझे शालेय शिक्षक असल्या कारणाने आणि माझ्या स्वर्गीय बाबांचे जिवलग मित्र असल्या मुळे आमच्या घरी त्यांना आदराचे स्थान आहे. रात्री जेवायला बसल्यावर बायकोने हिऱ्यांचा विषय मोरे गुरुजींना सांगितला. तसे कौंटुबिक बऱ्याचशा गोष्टी आम्ही त्यांच्यासोबत बोलत असू. परंतु ही गोष्ट बायकोने त्यांना सांगने मला आवडले नाही. कारण गोष्ट ही करोडोंच्या हिऱ्यांची होती. त्यामुळे त्या गोष्टीची गोपिनियता ठेवणे तितकेच महत्वाचे होते. मोठा नफा मिळणार म्हणून त्यांनी हातात हात घेत माझे अभिनंदन केले आणि आज खूपच थकलो आहोत असे सांगून माझा निरोप घेऊन ते शयनकक्षाकडे झोपण्यासाठी निघून गेले.

ठरल्याप्रमाणे १० तारखेला कार्यक्रम होता. सर्वच पाहुणे मंडळी उपस्थित झाले होते. साधारणतः अकरा वाजेच्या सुमारास एक इसम सुटकेस घेऊन घरी आला. तो डायमंड कंपणीचाच माणूस आहे हे मी ओळखले आणि गर्दीच्या बाहेर येऊन त्याला दुसऱ्या रूम मध्ये घेऊन गेलो. त्याने आणलेले सर्व हिरे पारखून घेतल्यानंतर मी ठरलेल्या रुपयांचा चेक साईन करून त्याकडे दिला. आणि तो माघारी निघून गेला. माझ्या शयनकक्षेतील छोट्याश्या लॉकरमध्ये मी ते हिरे ठेवले आणि पुन्हा कार्यक्रमात सहभागी झालो.

थोड्याच वेळात गुरुजींची तब्बेत थोडीशी बिघडल्याच त्यांच्या बायकोने मला कळविले. मी लागलीच त्यांच्याकडे गेलो. तब्बेतीची विचारपूस केली. त्यांच जरासे डोक दुखःत आहे म्हणून थोड्याशा आरामाची त्यांना आवशकता आहे असे त्यांनी सांगितले. आजुबाजूला खूपच आवाज येत असल्याने आणि माझा शयनकक्ष थोडासा निवांत असल्याने मी गुरुजींचा हात पकडून त्यांना आधार देत शयन कक्षापर्यंत घेऊन गेलो आणि तिथे काही काळ निद्राधीन होण्याची विनंती केली. तशी त्यांनीही ती मान्य करून झोपी गेले.

गुरुजींना झोपण्यास सांगून कार्यक्रमात हजर होऊन पंधरावीस मिनिटे झाले असेल गुरुजी झोपेतून उठून माझ्याकडे आले. तब्बेत अजूनच बिघडतेय म्हणून आता घरी जाण्याची परवानगी मागू लागले. गोष्ट आरोग्यासंबधीची होती म्हणून मी पण जास्त वेळ विचार न करता त्यांना निरोप दिला. गुरुजी त्यांच्या बायकोसोबत घरी निघून गेले.

जवळपास तीन चार वाजता कार्यक्रम आटोपून सर्व पाहुने मंडळीनी निरोप घेतला. सर्व पाहुने निघून गेल्यानंतर मी माझ्या शयनकक्षात आलो आणि लॉकर उघडून आत बघितले. माझ्या पायाखालची जमिन सरकु लागली होती. काळजात धस्स् झाले होते. कुणितरी डोक्यात हातोड्याने फटके मारत असल्याचा भास होऊ लागला होता. मी कितीतरी मोठ्याने ओरडण्याचा प्रयत्न करत होतो परंतू शब्द घश्यातून बाहेर येईनात. थोड्याच वेळात भिरभिरल्यागत होऊन चक्कर येऊन जमिनीवर धपकन कोसळलो. माझे हिरे कुठेत? कुठे गेलेत? असे काहीसे मी पुटपुटत जमिनीवर लोळत पडलेलो होतो. मी पडल्याचा आवाज झाल्यामुळे माझी बायको धावतच माझ्याकडे आली. तोंडावर पाणी टाकून तीने मला सावध केले.

उठल्यावर मी तिला हिऱ्यांच्या चोरीबद्दल सांगितले. तिनेही पटकन उठून लॉकरमध्ये डोकावून बघितले. हिरे चोरीला गेल्याचे कळताच तीने मोठ्याने आक्रोश चालू केला. मी तिला समजावण्यात वेळ न घालवता पोलिसांत तक्रार देण्यासाठी हातात मोबाईल घेतला परंतु डोक्यात विचार येऊ लागले. घरी आपलेच पाहुणे आलेले होते. त्यांच्यावरतीच चोरीचा आरोप लावायचा का? पोलिसांनी त्यांना पकडले आणि खरे चोर ते नसतीलच तर? तर मग जन्मांतरीच वैर.हिरे जास्त महाग असल्यामुळे इनकम टॅक्स डिपारमेंट कडून बचावासाठी हिऱ्यांच्या हिशोबाची कुठलीही फाईल आपल्याकडे नाही. पोलिसांना अगोदर सर्व डॉक्युमेंट लागेल. त्याशिवाय ते किती विश्वास ठेवतील याचीही शाश्वती नव्हती. शिवाय पोलिसांना कळविले म्हणजेच मानेंना नक्कीच समजणार आणि पैशासाठी मानेंची लटकती तलवार माझ्या मानेवर असणार. काय करावे? कुठे जावे? कुणावर संशय घ्यावा? काहीच समजेना. एवढ्यात एक विचार माझ्या पुढ्यात येवून उभा राहिला. तो म्हणजे अखेरचा श्वास आत्महत्या. जवळच पडलेली दोरी मी फॅन ला बांधली तिच्यात माझी मान ही अडकवली. पायाखालची खुर्ची पायाने बाजूला ढकलली. परंतू त्याच वेळेला माझी बायको आणि मुलगा तिथे पळत आले आणि माझा तो प्रयत्न निष्फळ ठरला. तिथून पुढची सर्व हकिकत तुम्ही सांगितल्याप्रमाणे सौ आने खरी आहे. आणि आता मदतीसाठी मी तुमच्या समोर याचकाप्रमाणे उभा आहे.

माझी शंका तर मोरे गुरुजीवरच आहे. कारण त्या शयनकक्षात मी त्यांना घेऊन गेलो होतो. माझ्या मते तेवढ्याच वेळात गुरुजींनी हिरे चोरले असणार. आजारपण ही फक्त ढाल होती चोरीच्या आरोपाने होणाऱ्या हल्ल्यांचा वार झेलण्यासाठी.

संभा सर,कृपया मला माझे हिरे शोधून द्याल का? माझ्यावर आलेल हे महासंकट कराल का दुर? जन्मभर मी तुमचा ऋणी राहिल सर. हिरे शोधल्यानंतर इनाम म्हणून मी तुम्हाला त्यातील अर्धे हिरे देण्यास तयार आहे. कराल माझी मदत? कृपया नाही म्हणू नका. घडलेला सर्व वृत्तांत मी तुम्हाला जसेच्या तसा सांगितला आहे. एवढी धावपळ करून खूप मोठ्या आशेने तुमच्याकडे आलो आहे.

"काळजी नसावी मि.साठे. मी तुमची नक्कीच मदत करेल. आता तुम्ही सावकाश घरी जा. मानेंकडून अजून किमान पाच दिवसांची मुदत वाढवून घ्या. मला ह्या संदर्भात काही विचारायचे असेल तर मी स्वतः तुमच्याकडे येईल. जितके पाहुणे कार्यक्रमासाठी उपस्थित होते. त्या सर्वांचे नावे ह्या समोरील कागदावर पत्त्या सोबत नमुद करा."

संभाने समोर दिलेल्या कागदावर साठेंनी सांगितल्याप्रमाणे माहिती नमुद केली.

"धन्यवाद संभा सर. तुमचा मी खुप आभारी आहे. तुमच्या अद्भुत ज्ञानाच्या आधारे आणि चौकस बुद्धीच्या बळावर तुम्ही हे प्रकरण नक्की सोडवाल याची मला खात्री पटलेली आहे." एवढे बोलून साठे आल्या पावली माघारी त्यांच्या घरी निघून गेले.

संभा अजुनही त्याच खुर्चीत समोरील टेबलावर पाय ठेऊन तसाच बसला होता. सांठेनी कागदावर लिहिलेल्या नावांवरून संभाने एकदा दोनदा नजर फिरवली. सांगितलेला एक ना एक प्रसंग त्याच्या डोक्यात फिरू लागला होता. कितीतरी वेळ तो त्याच विचारांत गर्क होऊन बसलेला होता. सूर्य अस्ताकडे झुकल्यामुळे त्याची किरणे खिडकीतून डोकावून थेट संभाच्या तोंडावर पडली आणि विचारांच्या यात्रेतून तो बाहेर पडला.

दुसऱ्या दिवशी सकाळीच संभा सांठेच्या दुकानात गेला. दुकानात चार पाच कामगार उपस्थित होते.काऊंटरवर बसलेल्या इसमाकडे चौकशी करत संभाने विचारले

"नारायणराव आपणच आहात का?"

हो बोला मीच आहे नारायण. काय काम काढलं माझ्याकडे? आणि कुणी पाठवलयं तुम्हाला?

"मी एक प्रसिद्ध शिंपी आहे. विविधप्रकारच्या कलाकुसरीच्या वस्तू मी अगदी निष्णांतपणे बनवितो. कलाकुसरीचे साहित्य कुठे मिळेल ह्याच शोधात मी होतो. वाटेतच मला मि.साठे भेटले. मी त्यांना पत्ता विचारला परंतु त्यांनी मला तुमच्याकडे पाठवले. ते म्हणाले नारायण आमचा विश्वासू मॅनेजर आणि उत्तम शिंपी आहे. ऑर्डर मिळाल्यास कलाकुसरीच्या वस्तू देखील तोच बनवतो. तुम्ही त्यास विचारा तो नक्कीच तुम्हाला मार्गदर्शन करेल."

"मालकांनी पाठवले तर. ठिक आहे मी पत्ता लिहून देतो तुम्ही तिथे जा तुम्हाला हवे तसे उत्तम कलाकुसरीचे सामान मिळेल."

दिलेल्या पत्यावर संभा गेला काहीतरी विचारपुस केली आणि तिथून तो साठेंच्या घरी गेला. साठेंनी संभाचे स्वागत केले. साठेंच्या पत्नीही तिथेच होत्या. नवीनच आलेला व्यक्ती बघून त्यांनी साठेंना विचारले.

"हे यजमान कोण आहेत?"

त्यांच्या प्रश्नाला उत्तर देत साठे बोलू लागले की

"हे आपल्या शहरातील प्रशस्त गुप्त.."

साठे गुप्तचर म्हणणार हे ओळखून त्यांचे बोलणे मध्येच थांबवत संभा बोलू लागला

"प्रशस्त गुप्तधन ठेवण्यासाठी मदत करणारा आहे. धन सुरक्षित ठेवण्याकरता मी उत्तम प्रकारे लॉकर बनवून देतो. कालच मला साठेंचा कॉल आला. त्यांनीच लॉकर दुरुस्ती करण्यासाठी मला बोलावले. चला साठे सर लॉकर कुठे आहे ते दाखवा."

"हो चला" म्हणत मि.साठे संभाला त्यांच्या शयनकक्षेतील लॉकरकडे घेऊन गेले. शयनकक्षेतील दरवाजातच संभा थोडा वेळ काहीतरी निरीक्षण करत उभा राहिला. नंतर मोरे गुरुजी जिथे झोपले होते त्या बेडजवळ काही काळ तो स्थिरावला. तेथील उशीवर आणि बेडवरून बोटे घासली. आणि नाकाला लावत तो लॉकर जवळ जाऊन उभा राहिला. काही काळ लॉकरचे निरीक्षण करून लॉकरच्या उजव्या बाजुला असलेल्या खिडकी जवळ जाऊन उभा राहिला. खिडकीच्या खाली त्याने डोकावून बघितले. थोडावेळ विचार करत तिथेच उभा राहिला. त्याची चाणाक्ष नजर काही काळ संपूर्ण रूम मधे फिरली. व दरवाजाच्या दिशेने चालत जात तो म्हणाला,

"साठे चला ह्या लॉकरचे सामान घरीच राहिले आहे. पुन्हा लवकरच मी सामान घेऊन येईल आणि लॉकर ठिक करेल."

संभा मागे मोर्चा वळवत साठेही घराच्या बाहेर आले. आणि चहापाणी घेण्याची विनंती त्यांनी संभाला केली. "साठे सर बराच वेळ झालेला आहे मला निघण्यास हवे. चहा घेण्यास पुन्हा नक्कीच येईल. परंतू तुमच्या घराच्या पाठीमागे असलेल्या परसबागेतील एक ब्रम्हकमळाचे फुल दिले तर फार बरे वाटेल."

"अहो संभा सर तेवढेच ना. चला देतो मी तुम्हाला ब्रम्हकमळ. हवी असल्यास बाकीचेही फुले तुम्ही घेऊ शकता."

"धन्यवाद साठे. मला हवे तेव्हा बाकीचेही फुले मी नेईल. परंतू आता मला फक्त ते ब्रम्हकमळ हवे आहे."

"ठिक आहे. चला घेऊन जा ते फुल."

असे म्हणत दोघेही घराच्या मागील परसबागेत आले. साठे फुल तोडत होते परंतु संभाची नजर सावज शोधावे तसे चोहोबाजूने फिरत होती.

तशीच ती घराच्या मागील बाजूने वरपर्यंत गेली. आणि घराच्या मागच्या खिडकीत जरा वेळ स्थिरावली. त्या खिडकीतून मिसेस साठे संभाकडेच बघत होत्या. संभाने तिकडे दुर्लक्ष केले आणि साठेंना फुल तोडण्यास मदत करू लागला.

"साठे तुमच्या कुटुंबामध्ये जवळपास सहा फुट उंच कुणी पुरुष आहे का?"

"सहा फुट. मी सोडलो तर...नाही कुणीच नाही. बाकी सर्व उंचीने लहान आहे."

"पाहुण्यांत कुणी एखादा?"

"पाहुण्यांत. हो आहे की. माझा साला सनी. जेमतेम माझ्याच उंचीचा."

"तो पण उपस्थित होता का कार्यक्रमाला?"

"नाही.त्याला तर खूप हौस होती कार्यक्रमाची. परंतु एक दिवस अगोदरच त्याच्या छातीत जोराची कळ आली. त्याला श्वास सुद्धा घेता येईनासा झाला. त्यामुळे त्याला शहरातील अपेक्स हॉस्पिटल मध्ये निलेले आहे. डॉक्टरांच म्हणणे होते की त्याला कमी तिव्रतेचा हर्ट अॅटॅक येऊन गेला आहे. पुढील चार पाच दिवस परिस्थिती कठीण असु शकेल. म्हणून सुरक्षिततेसाठी तोपर्यंत अतिदक्षता विभागात भरती करावे. म्हणून अजूनही तो त्या हॉस्पिटल मध्येच आहे."

"अच्छा ठिक आहे.मी निघतो"

असे बोलून संभा साठेंच्या हातातील कमळाचे फुल घेऊन झपाझप पावले टाकत निघून गेला.

तिथेच उभे राहून साठेंनी जरा वेळ संभाने विचारलेल्या प्रश्नाचा विचार केला. काहीच अर्थ न उमगल्यामुळे त्यांनी त्याकडे दुर्लक्ष केले. आणि तिथेच पडलेली पाण्याची नळी हातात पकडून झाडांना पाणी घालू लागले.

संभा तेथून थेट एका कपड्यांच्या दुकानात गेला. बरेच वेळ शोधल्यानंतर योग्य ते कपडे त्याने घेतले. आणि मोरे गुरजींच्या घरी गेला. दरवाजा बंद असल्यामुळे त्याने डुअर बेल वाजवली. थोडा वेळ प्रतीक्षा केल्यानंतर दरवाजा उघडला. समोर एक सुंदर मुलगी उभी होती. जणू काही संगमरवरी दगडावर कोरलेली अप्रतिम मूर्तीच. दरवाजा उघडल्यामुळे अस्ताला जाणाऱ्या सूर्याची सोनेरी किरणे तिच्या अंगावर पडल्यामुळे तिची अंगकांती झळाळू लागली होती.तीचे मेघाप्रमाणे काळेशार केस होते. वाऱ्याच्या मंद आलेल्या झोतामुळे तिच्या डोळ्यांवर आलेले केस हळूवारपणे मागे सरले होते. तीचे लांब नाक, सुंदर डोळे आणि मंद स्मित करणारे तिचे नाजूक ओठ तिच्या लावण्यात भर पाडत होते. तिच्या भुवया रेखीव इंद्रधनुष्या प्रमाणे गोलाकार होत्या. डोळे हरीणीप्रमाणे अगदी स्वच्छ आणि सुंदर होते. तिच्या निष्पाप आणि हळव्या मनाच जणू काही ते प्रदर्शनच करत होते. पाऊले लहान आणि नाजूक होती. हातापायाची बोटे लांब आणि सरळ होती. तिचे वय साधारणता चोविस पंचविस असावे. क्षणभर संभाही तिच्याकडे बघून स्तब्ध उभा राहिला. त्या मोहक सौन्दर्यरूपी बागेतून बाहेर पडून स्वताला सावरत म्हणाला

"मोरे गुरुजींचे घर हेच आहे का?"

"हो हेच आहे. आपण कोण?"

"मी संभा, साठे सरांच्या दुकानचा बराचसा कारभार मीच संभाळतो. त्यांनीच मला तुमच्या वडिलांकडे पाठविले आहे. आहेत का ते घरी?

"हो आहेत. या आपण घरात."

संभाला बसण्यासाठी खुर्ची देऊन तीने मोरे गुरुंजीना हात धरून आधार देत बाहेर आणले. आणि खुर्चीत बसवले. व म्हणाली

"बाबा, हे साठे काकांच्या कडून आलेले पाहुणे आहेत. त्यांना तुमच्या सोबत काम आहे."

"अरेव्वा! साठेंचे यजमान. बोला कसे काय येणे केले इकडे?"

"गुरुजी, कार्यक्रमाच्या दिवशी तुमची तब्बेत अचानक बिघाडल्यामुळे तुम्ही लवकरच घरी निघून आलात. त्यामुळे साठे सरांनी तुम्हाला घेतलेले हे कपडे घाईत द्यायचेच राहून गेले होते. आज माझे हया भागात काम होते. मी इकडे येणार हे साठेंना समजल्यावर त्यांनी हे कपडे माझ्याकडे दिले आणि तुम्हाला देण्यास सांगितले."

असे म्हणत संभाने हातातील पिशवीतून कपडे बाहेर काढले आणि गुरुजींच्या हातात दिले.

"अरेव्वा! छान कपडे आहेत. सांठेना सांगा कपडे आवडलेत."

"हो नक्कीच सांगेन. येतो मी."

असे म्हणत संभा तेथून उठला. आणि दरवाज्याकाडे जाऊ लागला. घराच्या आतील भागात दरवाजाच्या डाव्या बाजूलाच चप्पल आणि बुटांचे स्टँड होते. संभांचा पाय त्या स्टँडला लागला आणि त्याचा तोल गेला. परंतू दरवाजापासून जवळच उभ्या असलेल्या गुरुजींच्या मुलीने त्याला आधार दिला. संभाचा डावा हात तिच्या खांद्यावर तर उजवा हात तिच्या हातात होता. काही काळ तो तसेच तिच्या डोळ्यांत बघत होता. तिचा सुंदर चेहरा न्याहळत होता. ती पण क्षणभर तिथेच स्थिरावली होती. एकटक ती संभाकडेच बघत होती. जणू ती त्याच्या नेत्रजलात दुर पर्यंत वाहत चालली होती.

"संभा. स्टॅन्ड फार जोरात लागले का हो?" गुरुजींच्या त्या आवाजाने दोघेही सावध होऊन एकमेकांपासून दूर झाले.

"नाही गुरुजी मुळीच नाही लागले. फक्त स्टॅन्ड
ला पाय लागून तोल गेला इतकेच."

असे म्हणत तो खाली बसला आणि धक्का लागून पडलेले बूट त्याने उचलून स्टँन्डवर ठेवले. हे बघुन गुरुजींची मुलगी म्हणाली

"अहो हे काय करताय तुम्ही? राहूद्या ते. तुम्ही नका उचलू ते. मी ठेवेन."

असे म्हणत ती घाईतच खाली वाकली आणि भरभर चपला उचलून तिने स्टँड वर ठेवल्या. तिच्याकडे बघून संभाने धन्यवाद म्हटले आणि घराच्या बाहेर पडला.

"बाळ राधा. आजपर्यंत कधी स्वताचे पडलेले कपडे तु उचलले नाहीस. आता चपला उचलून ठेवल्या." खळखळ हसत गुरुजी म्हणाले.

राधेच्या ओठांवरील बंद कळ्या खुलल्या आणि स्मित हसून ती घरात निघून गेली. गुरुजींचे ते बोलणे दरवाजातून बाहेर पडणाऱ्या संभाच्या काणावर ओघवते येऊन पडले. तो क्षणभर तिथे थांबला. मनातच म्हणाला "अच्छा. अप्रतिम मुर्तीचे नाव राधा आहे तर." थोडेसे मंद स्मित करत तो निघून गेला.

दुसऱ्या दिवशी सकाळी संभा पुन्हा त्याच कपड्यांच्या दुकानात गेला. काल घेतल्याप्रमाणेच तसाच एक ड्रेस खरेदी केला. दुकानच्या बाहेर आल्यानंतर त्याने साठेंना कॉल केला. आणि गांधी रोडला असलेल्या प्रसिद्ध डी.एस. स्विटच्या दुकानासमोर बोलवून घेतले. साठेही जास्त उशीर न करता संभाने दिलेल्या पत्यावर पोहचले.

"काही सुगावा लागलाय का संभा सर इतक्या सकाळी बोलवलय?"

"अजून तर तसे काही नाही. परंतु लवकरच तो लागेल."

"आपल्याला तुमचा साला सनी यास भेटण्यास अपेक्स हॉस्पिटलमध्ये जायचे आहे."

कपाळावर आठ्या आणून साठेंनी विचारले,

"सनी ला भेटण्यास?"

साठेंच्या प्रश्नाकडे दुर्लक्ष करून संभा झपाझप पावले टाकत ऑटो स्टॅन्ड कडे निघाला.

समोरून येणाऱ्या ऑटोला संभाने लिफ्ट साठी केला. त्या ऑटोत बसून दोघेही अपेक्स हॉस्पिटला गेले. साठेंना बघून सनीच्या चेहऱ्यावर आठ्या उमटल्या. परंतु पाणावलेल्या डोळ्यांनी तो म्हणाला

"सॉरी जिजू. खूप इच्छा असताना देखील मला कार्यक्रमात सहभागी होता आले नाही."

"हो सालेसाहेब. म्हणून तर आम्हाला इथे उपस्थित व्हावे लागले." संभा म्हणाला.

"म्हणजे?

थोडेसे कावरे बाबरे होऊन सनीने विचारले.

हातातील पिशवीतून कपडे काढून सनी कडे देत संभा म्हणाला,

"एवढे घाबरून नका जाऊ साले साहेब. तुमचे कपडे फाटले असतील म्हणून तुमच्यासाठी आम्ही उत्तम प्रकारचा ड्रेस आणला आहे. बघा आवडतो का?"

जरा गोंधळलेल्या अवस्थेत सनीने विचारले,

"कपडे फाटले असतील म्हणजे?"

थोडेसे निस्किलपणानेच हसत संभा म्हणाला,

"एवढा कसला विचार करताहेत साले साहेब. तीन चार दिवसांपासून तुम्ही दवाखान्यात आहात. एकच कपडा वापरून कदाचित फाटला असेल असे मला वाटले."

संभाने दिलेल्या शर्ट कडे बघून सनीचे डोळे मोठे झाले. अंगाला घाम फुटला. हात जरासे थरथर करू लागले. उजव्या हाताचा खांदा कपाळाजवळ नेऊन कपाळावरील घाम पुसत सनी अडखळतच म्हणाला.

"जिजू. चांगला आहे ड्रेस."

एवढे बोलून अचानक चक्कर येऊन तो मागे बेडवर कोसळला. सनी पडलेला बघून साठेंनी घाबरतच डॉक्टरांना बोलविण्यासाठी आवाज दिला.

तोपर्यंत त्याच्या पाठीमागून दोन्ही हात घालून संभाने सनीला सरळ बेडवर झोपवले. त्याच्या उश्याजवळ ठेवलेली फाईल संभाने एक दोन वेळेस चाळून

बघितली आणि होती तिथे ठेऊन दिली. खाली सनीचे पालथे पडलेले बुट संभाने सरळ करून ठेवले.

"चला मि.साठे मी निघतो. मला विमानतळावर जाण्यास उशीर होईल. आणि कदाचित माझे विमान रद्द होईल. महत्वाचे काम आहे. दोन तीन दिवसांत माघारी येईल." साठे पुढे काही विचारणार तोपर्यंत संभा तेथून निघून गेला होता.

रात्री हळू हळू रस्त्यावरील वर्दळ कमी होऊ लागली होती. मध्येच एखादी रुग्णवाहिका त्या शांततेचा भंग करून टॅव टॅव करत हॉस्पिटलच्या परिसरात पेंशट घेरून येत असत. आता जवळपास बारा वाजले होते. हॉस्पिटलचे गेट देखिल बंद झाले होते. झोपेमुळे गेट वरील वॉचमनची मान गपकन खाली जात असे. आणि भान येऊन तो पुन्हा आपली मान बुरुजाप्रमाणे उभी करत असत आणि बगळ्याप्रमाणे थोडावेळ इतरत्र बघत होता. इतक्यात एक व्यक्ती गेटजवळ आला. त्याला वॉचमन ने रोखले. थोडा वेळ त्यांचात बातचित झाली. त्या व्यक्तिने खिशातून पॉकेट काढले आणि त्यातून काही पैसे त्याने वॉचमनच्या हातात दिले. वॉचमनने थोडेसे गेट उघडे केले आणि त्या व्यक्तिस आत सोडले. तो व्यक्ति थोड्याच वेळात सनीच्या रूम मध्ये गेला. सनीही त्याचीच डोळ्यांत तेल घालून आतुरतेने वाट बघत होता. त्याने घाईतच सनीकडून एक पिशवी घेतली. आणि बाहेर पडणार तोच त्याला दरवाजात दोन व्यक्ती उभे दिसले. तो पळण्याच्या पावित्र्यात होता परंतू त्यांनी क्षणाचाही विलंब न करता त्याला पकडले. त्याच्या चेहऱ्यावरील मास्क काढले. आणि त्या दोन्हीतील एक व्यक्ती पुढे होऊन त्यावर ओरडला.

"नारायण तू? तू इथे वॉर्डबॉयचे कपडे घालून काय करतोस?"

नारायणाची पाचावर धारण बसली. त्याचे हातपाय भितीने थरथरू लागले. कसेबसे तोंड उघडत तो म्हणाला

"मालक तुम्ही?"

"हो मीच. आता बऱ्या बोलाने सांग तू सनीकडे कशाला आला होतास? आणि इथून काय घेऊन पळत होतास?"

त्याची बॅग हिसकावून घेत संभा म्हणाला

"हा कसले सांगतो साठे? याची बॅग उघडून बघा. दुध का दुध और पाणी का पाणी होईल."

साठे पटपट बॅग तपासून बघू लागले. कपड्यांच्या खाली त्यांच्या हाताला एका छोट्या पेटीचा स्पर्श जाणवला. तशी त्यांनी घाईनेच ती बाहेर काढली. हातातील ती छोटीशी सुबक पेटी बघून साठेंचा आनंद गगनात मावेनासा झाला. त्यांना नाचवे

की हर्षाने उड्या माराव्यात काहीच कळेना. त्यांचा नारायणवरचा राग सुद्धा क्षणात लोप पावला होता.

साठेंनी पेटी उघडली आणि क्षणांत त्यांच्या आनंदाचे परिवर्तन रागात झाले. तत्प सळईप्रमाणे त्यांचे डोळे लालबुंद झाले. तसेच पुढे होऊन त्यांनी नारायणचा गळा पकडला आणि रागातच विचारू लागले,

"हरामखोर. ह्या पेटीतील माझे मौल्यवान हिरे कुठे आहेत? लवकर सांग नाहीतर जीवाला मुकशील आज".

घाबरून बिथरलेला नारायण सांगू लागला

"मालक मला सोडा. ही चोरी मी नाही केली. तुमचे हिरे कुठे आहेत ते पण मला माहित नाही. गळ्याची आण घेऊन सांगतो मालक. ही पेटी येथून नेऊन दुर कुठेतरी फेकून देण्यासाठी मला एका नंबरवरून कॉल आला होता. आणि सांगितलेले काम न झाल्यास जिवे मारण्याची धमकी दिली होती. मालक विश्वास ठेवा माझ्यावर."

संभा साठेंच्या हातातून नारायणचा गळा सोडवत म्हणाला.

"साठे खरा चोर तर आत मध्ये बेशुद्ध होऊन पडल्याचे नाटक करतोय. त्याला पकडा आणि विचारा."

तसे साठे रागाने झपाझप मोठाले पाऊले टाकत सनीच्या बेडजवळ गेला. झोपेचे नाटक करीत असलेल्या सनीला त्यानी रागातच हात पकडून उठून बसविले आणि सनकन दोन त्याच्या कानशिलात भडकवल्या. तिसऱ्यांदा साठेंनी हात वर केला आणि पुन्हा एक कानाखाली देणार इतक्यात त्यांच्या पायाजवळ बसून त्यांचे पाय धरून सनी मोठ्याने रडत म्हणू लागला,

"जिजू माफ करा. माझ्यावर झालेल्या प्रचंड कर्जामुळे मला हे पाऊल उचलावे लागले. माझ्या मनात जास्त पैसे कामविण्याच्या मोहापाई माझ्याकडून ही माफी न करण्यायोग्य चुक झाली. पण मला माफ करा जिजू मी पाया पडतो. पुन्हा अशी चुक करणार नाही."

"हा भाकांडपणा बंद कर आणि माझे हिरे कुठे आहेत ते सांग? माझे हिरे मला परत करशील तर मी तुला माफही करेन."

"माफ करा जिजू ती व्यक्ती तुमच्या खुपच विश्वासातील आणि जवळची आहे. मी नाव सांगितल्यास तुम्हाला कदाचित ते खरेही वाटणार नाही."

"हे बघ सनी उगाच माझा राग वाढवू नकोस. जो कुणी असेल त्याची कसलीही गय केली जाणार नाही. ती माझी बायको असेल तरीही. शिक्षा होणार ही काळ्या दगडावरची पांढरी रेषा आहे. त्यामुळे वेळ न घालवता माझे हिरे कुणाकडे आहेत?

आणि याचा सुत्रधार कोण आहे त्याच नाव सांग."

"त्यांच नाव आहे. मोरे गुरुजी. तुमचे संपुर्ण हिरे त्यांच्याकडेच आहेत. आणि सर्व प्लॅनिंग त्यांचेच होते." मी त्यांना अनेक वेळेस नाही म्हटलो. परंतू त्यांच्या वारंवार समजवण्यामुळे मी लोभास बळी पडलो. गुरुजींनी यात फक्त माझा वापर केला. आणि हिरे घेवून ते आजारी पडल्याच नाटक करून कार्यक्रमाच्या दिवशी घरी निघून गेले. जाताना त्यांनी ती रिकामी पेटी माझ्याकडे दिली आणि दोन तीन दिवसांत एक व्यक्ती येईल त्याकडे देण्यास सांगितली."

भितीने पुटपूटतच सनीने सांगितले.

काहीसा विचार करून साठे नारायणला म्हणाले

"तु थोड्या वेळापूर्वी म्हंटला की मला एका अनोळखी नंबर वरून कॉल आला. तो नंबर दाखव."

खिशातून मोबाईल काढून साठेंकडे देत नारायण म्हणाला,

"हा बघा तो नंबर."

नंबर बघून साठे अवाक झाले.

"हा तर गुरुजींचाच नंबर आहे. गुरुजींनी असा विश्वासघात करावा ह्यापेक्षा वाईट गोष्ट असूच शकत नाही. काही का असेना परंतू गुरुजींना याचे वाईट परिणाम भोगावे लागणार आता. म्हतारपणात तुरुंगवास होणार. माझ्याशी दगाबाजी त्यांना महागात पडणार."

"साठे सर तुम्ही म्हणताय ते अगदी योग्य आहे. आतापर्यंत मिळालेल्या माहिती नुसार मला आरोपीच्या पिंजऱ्यात मोरे गुरुजी स्पष्ट दिसत आहे. नक्कीच हिरे आपल्याला गुरुंजीकडेच मिळणार. ह्या दोघांवर आरोप करण्यात काहीही अर्थ नाही. यांना ह्यात फसवले गेले आहे."

सनीला आणि नारायणला तिथेच सोडून संभा आणि साठे दोघेही हॉस्पिटलच्या बाहेर पडले.

"साठे आता रात्रीचे दोन वाजले आहे. आताच गुरुजीकंडे जाणे योग्य नाही. उद्या सकाळी जाऊ. आता घरी जाऊन आराम करा."

समोरून येणाऱ्या टॅक्सीला हात देऊन त्याने साठेंना त्यात बसवून दिले. आणि दुसऱ्या टॅक्सीची वाट बघू लागला. बराच वेळ झाला परंतू नेरूळकडे जाणारी टॅक्सी मिळेना. थोड्या वेळाने एक घोडागाडी तिथे येऊन थांबली. तो नेरुळकडे जाण्यास तयार झाला. घोडागाडीच्या मागच्या सीटवर अंग सरळ करून, उजवा पाय डाव्या पायावर टाकून,उशाखाली घेऊन तोंडावर रुमाल टाकून संभा झोपला होता. घोडागाडी धावतच नेरुळकडे झेपावत होती.

"काळे घोडागाडी थांबवा. तुम्ही चुकीच्या दिशेने वळण घेतले आहे.गाडी मांगे वळव आणि इकडे न वळता सरळ जाऊदे." गाडी थांबविण्याचा इशारा करत संभा म्हणाला.

घोडागाडीवाल्याने आश्चर्यचकित आश्चर्यचकीत होऊन घोडागाडी थांबवली. तो विचार करू लागला हा व्यक्ती बराच वेळेपूर्वी झोपलेला होता. तरी आपण चुकलोय हे त्याने कसे ओळखले? आणि माझे नाव यास कसे माहित? तो विचारणार इतक्यात संभाने त्याला ताडले

"उगाच वेळ घालवू नकोस.एकतर चुकीचे वळण घेऊन तू आधीच वेळ घालवला आहे."

काळे नेही घोडागाडी योग्य दिशेने वळवून भरधाव वेगाने हकलत नेरुळ गाठले. संभाने खाली उतरत त्याला भाड्याचे पैसे विचारले.

"दोनशे रुपये साहेब."

संभाने पॉकेटमधून पैसे काढून त्याच्या हातात दिले. काळेच्या मनात काहीतरी विचार येत होते. त्याने न राहवून विचारले.

"साहेब. तुम्हाला माझे नाव कसे माहित? आणि तुम्ही चेहऱ्यावरती रुमाल घेऊन झोपलेले असतानाही मी रस्ता चुकलो हे कसे ओळखले?"

"तुझे नाव तुझ्या उजव्या हातावरच गोंधलेले आहे त्यावरून मी ओळखले. जेथून मी तुझ्या घोडागाडीत बसलो तेथून इथपर्यंत येण्यासाठी तीन उजवीकडे आणि चार डावीकडे असे फक्त सात वेळेस वळणे घ्यावी लागतात. परंतू तू आठव्यांदा देखील वळण घेतले होते. म्हणून तुला सांगितले की तू घेतलेले वळण चुकीचे आहे. तुझ्या प्रश्नांच निराकरण नक्किच झाले असेल. मी निघतो."

एवढे बोलून संभा डावीकडे वळण घेऊन नजरेआड झाला. घोडा गाडीवाल्यानेही संभाच्या पाठमोऱ्या आकृतिकडे बघून सलाम ठोकला आणि घोड्यांचा लगाम खेचून परतीच्या दिशेने वायुवेगाने निघून गेला.

सकाळी संभाने साठेंना कॉल केला. फूले चौकात गणतीच्या मंदिराजवळ लवकर बोलावून घेतले. साठे तिथे आल्यानंतर हे दोघेही गुरुजींच्या घरी पोहचले. साठेंना घरी आलेले बघुन गुरुजींना फार आनंद झाला. त्यांनी साठेंचे आणि संभाचे स्वागत करून त्यांना खुर्चीवर बसण्याचा इशारा करून राधेला पाणी आणण्यास सांगितले. राधा समोरून पाणी घेऊन येतच होती तितक्यात साठे मोरे गुरुजींवर ओरडले.

"नकोय आम्हाला पाणी. आम्ही चोरांच्या घरी बसणे तर दूर परंतू तिथल्या पाण्याला देखील स्पर्श करीत नाही."

हे शब्द सुरी सारखे गपकन् गुरुजींच्या काळजात खोल पर्यंत रुतले. त्यांचे आनंदाश्रू विरून त्याची जागा दुखाश्रुंनी घेतली. त्यांचे हातपाय थरथरू लागले. त्यांना आधार देण्यासाठी संभा त्यांच्या जवळ गेला. त्यांचे खांदे पकडून त्याने हळू त्यांना खुर्चीत बसविले. पाणी घेवून येणारी राधा तिथेच ठप्प झाली. पाणी देणाऱ्या राधेचेच डोळे आता पाणावले होते. तिचे तुरुतुरु चालणारे पाय जड होऊन एकाच ठिकाणी खिळून बसले होते. संभाने तिच्याकडे बघून तिला पाणी देण्यासाठी इशारा दिला. तिनेही पुढे जाऊन संभाकडे पाण्याचा ग्लास दिला. तो ग्लास संभाने गुरुजींच्या हातात दिला आणि त्यांना थोडेसे पाणी पिण्याची विनंती केली. साठे संभाकडे बघून म्हणू लागले,

"कशाला मदत करायची अश्या चोरटयांना?"

"साठे सर यांची तब्बेत ठीक नाही. त्यामुळे यांना नको ते बोलण्या पेक्षा कामाचे प्रश्न विचारावे."

चढ्या आवाजातच साठेंनी गुरुजींना विचारले,

"गुरुजी माझे करोडो रुपयांचे हिरे कुठे आहेत?"

मोरे गुरुजींवर केलेला हा आरोप त्यांना सहन होण्यासारखा नव्हता. त्यांच्या तोंडून काही शब्दच फुटेना. तरी कसेबसे ते बोलू लागले,

"साठे तुम्ही काय बोलताय मला काही कळेनासे झालेय. तुमचे कोणतेही हिरे माझ्याकडे नाही. माझ्यावर विश्वास ठेवा."

मिस्कीलपणे हसत साठे म्हणाले,

"गुरुजी विश्वास ठेवला म्हणून तर हे दिवस आलेत. माझा फुकट वेळ वाया घालवू नका. बऱ्या बोलाणे माझे हिरे परत करा. अन्यथा मला पोलिसांत तक्रार द्यावी लागेल. माझी ओळख कुठपर्यंत आहे. हे तुम्हाला वेगळे सांगण्याची गरज नाही. ह्या जन्मात तरी तुम्ही तुरुंगाच्या बाहेर येणार नाहीत."

पाणावलेल्या डोळ्यांनी राधा साठेंना म्हणाली.

"माझ्या बाबांना बोलण्याआधी थोडासा तरी विचार करायला हवा होता साठे काका."

"तू शांत रहा पोरी. मधे बोलू नकोस. करोडोंच्या हिऱ्यांची किंमत तुला काय कळणार? उलट तूच मला सांग की तुझ्या बापाने हिरे कुठे ठेवले आहेत?"

"साठे सर कामाच आणि ठिक विचारा. हिरे त्यांच्याकडेच आहे हे अजून सिद्ध झाले नाही. त्यामुळे आपण योग्य तेच प्रश्न विचारा. तुम्ही गुरुजींशी बोलत आहात. तर त्याच्याशीच बोला. राधेला बोलणे ठिक नाही."

संभाने साठेंना खडसावले. आणि राधेकडे बघून संभा म्हणाला,

"कृपया आपण घरात जावे. तुझ्या बाबांना त्रास होईल असे आम्ही वागणार नाही. विश्वास ठेव."

संभाकडे विश्वासपूर्वक नजरेने बघून होकारार्थी मान हालवून राधा घरात निघून गेली. संभा गुरुजींकडे नजर वळवून म्हणाला,

"गुरुजी तुम्ही सनी आणि नारायण या दोघांपैकी कुणाला ओळखता का?"

"हो सनीला ओळखतो. साठेंचा साला आहे म्हणून. परंतू हा नारायण कोण आहे त्यास नाही ओळखत मी."

आवाज वाढवून साठे खेकसले

"खोट. साफ खोट बोलताय गुरुजी तुम्ही. जर तुम्हाला नारायण माहित नाही तर त्याच्या मोबाईल वर काल तुम्ही कॉल कसा केला? आणि त्याला हिऱ्यांची पेटी लंपास करण्यास का सांगितले?

"अहो साठे काय बोलताय? मी कोणत्याही नारायणला कॉल केलेला नाही. हवे असल्यास माझा मोबाईल तपासून बघा."

असे म्हणत गुरुजींना खिशातून मोबाईल काढून सांठेकडे दिला. गुरुजींचा मोबाईल तपासून साठे म्हणाले,

"हा बघा नारायणाचा नंबर. खोटे लपत नसते गुरुजी."

तो नंबर बघुन गुरुजी म्हणाले,

"अहो हा नंबर तर आयुर्वेदिक डॉक्टरचा आहे. आणि हा नंबर मला सनीनेच तर दिलेला आहे. आयुर्वेदिक औषधांच्या पुड्यावर लिहून."

साठे म्हणाले,

"आयुर्वेदिक औषध? आणि सनीने दिले. बघू दाखवा."

गुरुजी राधेला आवाज देऊन म्हणाले,

"राधा. मी आणलेली आयुर्वेदिक औषधाची प्लॅस्टिकची पुडी आण बर. तुला गच्चीवर ठेवण्यास सांगितली होती बघ रात्री."

"हो बाबा आणते"

म्हणत राधा गच्चीवर गेली आणि म्हणाली,

"बाबा इथे औषधांची एक पुडी नाही.सगळीकडेच शोधली. "

"असे कसे होईल? मी काल रात्री माझ्या हाताने दोन ठेवल्या होत्या. "

असे म्हणत गुरुजी गच्चीवर गेले. त्यांच्या पाठोपाठ साठे आणि संभा पण गेले. गच्चीवरील एक पुडी उचलून गुरुजी साठेंकडे देत म्हणाले,

"हि बघा अशीच अजून एक पुडी मला सनीने दिलेली होती. कार्यक्रमाच्या दिवशी मी गाडीत बसत होतो तेव्हा त्याने दिल्या मला. म्हणाला की तुमचे सतत

दुखणारे डोके ह्या औषधांनी दुखायचे थांबेल. ह्या पुड्या रात्रीच्या वेळेस किमान चार दिवस गच्चीवर ठेवाव्यात. त्यातील औषधी किती प्रमाणात घ्याव्यात हे त्या पुड्यावर लिहिलेल्या डॉक्टरच्या नंबरवर कॉल करून विचारावे. त्यामुळे मी त्यानंबर वर कॉल करून डॉक्टरला विचारले. त्यांनी मला कोमट पाण्यात टाकून आठ दिवस सकाळी आणि दुपारी घेण्यास सांगितले."

साठेंनी पुडी फोडून बघितली. त्यात फक्त सफेद पावडर आणि काळ्या बिया होत्या. साठे संतापाने लालबुंद झाले होते. संभाकडे बघत ते म्हणाले,

"संभा सर लाथों के भूत बातोंसे नाही मानते. एवढ्या सहजासहजी हा माणूस खरे सांगणार नाही. मला तर वाटतेय.."

त्यांचे बोलणे मध्येच थांबवत संभा म्हणाला.

"साठे सर आता आपण जास्त काही न बोलता निघायला हवं. आपल्याकडे गुरुजींच्या विरोधात कुठलाही ठोस सबुत नाही."

"अहो परंतू हिरे यांकडेच असताना न घेताच कसे जायचे?" साठे संभाला म्हणाले.

"साठे निघूया आता चला"

असे बोलत संभा गच्चीवरच्या पायऱ्या उतरून खाली चालला होता.

"संभा सर."

एवढेच बोलून राधा गप्प झाली. राधेचे ते आतूरतेचे बोलणे ऐकूण संभा जागीच स्थिरावला. आणि मागे वळून राधेकडे बघू लागला. परंतू राधा मान खाली घालून उभी होती.

"बोल राधा. काही सांगायचे आहे का?"

ती खाली बघत तशीच निशब्द उभी राहिली.

"तुझे बाबा जर चोरीत सहभागी नसतील तर त्यांना काहीही शिक्षा किंवा त्रास होणार नाही. काळजी नसावी."

एवढे बोलून संभाचे स्थिरावलेले पावले झपाझप चालत घराच्या बाहेर पडली.

"गुरुजी संभाने सांगितले म्हणून सोडतोय परंतू यानंतर मी सोडणार नाही. त्यामुळे हिरे जिथे लपवलेले असतील तेथून काढून माझ्या घरी घेऊन या."

रागाचा एक कटाक्ष गुरुजीकडे टाकून साठेही संभा पाठोपाठ निघून गेले.

साठे काय म्हणाले ह्याकडे राधेचे लक्ष नव्हते. संभाने दिलेल्या आश्वासनात तिला मोठा दिलासा वाटत होता. संभाच्या पाठमोऱ्या आकृतीकडे ती एकटक लावून बघत होती.

संभा आता बेडवर झोपला होता. परंतू अनेक विचारांचे चक्र त्या सभोवती फिरत होते. ह्या सगळ्या चक्रव्यूहात खरा चक्रधर कोण असेल? विचार करता करताच तो ह्या कुशीवरून त्या कुशीवर होत होता. तेवढ्यात काहीशी कल्पना येऊन तो बेडवरून उठला आणि पॅन्टच्या खिशातून चुरगळा झालेला एक कागदाचा तुकडा बाहेर काढला. सनीला भेटण्यास तो हॉस्पिटलमध्ये गेला होता त्यावेळेस पडलेला बुट सरळ करताना त्या बुटात हा कागद त्याला सापडला होता. त्याच्या नेहमीच्या खुर्चीत बसला. आणि चुरगळलेला कागद सरळ करुन त्यावरील मजकूर तो वाचू लागला.

सगळ्यांत मोठे माझे गाव,
माकडांचा तिथे असतो ठाव,
म्हणून त्याला ठेवतात नाव,
ये जा करणाऱ्यांचा खूप मज्जाव,
सौभाग्याला तिथे आहे खूपच भाव.

संभाने दोनदा तीनदा ते शब्द पुन्हा पुन्हा वाचले. टेबलच्या ड्रॉवर मधून एक सिगारेट काढून ती पेटवून त्याने ओठांत पकडली. पाय समोरील टेवलबर ठेवून मान खुर्चीवर मागे टाकली. आणि सिगारेट ओढू लागला. नाकातून निसटणाऱ्या त्या धुरामध्ये त्या कडव्यातील मोठ गाव दिसू लागले. त्यात अनेक माकडे दिसू लागली. संपणाऱ्या धुरात पुन्हा ती अदृश्य होऊ लागली. बराच वेळ विचार करत तो तसाच बसून होता. आता कुठेतरी त्याच्या चेहऱ्यावर समाधानाचे भाव उमटू लागले होते. काहीतरी विचार करून तो खुर्चीत सरळ बसला. पित असलेली आर्धी सिगारेट त्याने खाली टाकली आणि टाचेने ती विझवली.

कपाटामधून एक नकाशा काढून टेबलवर ठेवला व बारकाईने नकाशाचे निरीक्षण करू लागला. त्याची नजर भारतातील समुद्रकाठी वसलेल्या मोठमोठ्या शहरांवरून फिरू लागली. कोलकता, चैनई, कन्याकुमारी , पणजी, मुंबई, सुरत. एकापाठोपाठ पुन्हा पुन्हा ह्या शहरांवरून नजर फिरू लागली. बराच वेळ विचार करून नजर स्थिरावली ती भारताची उपराजधानी असलेल्या मुंबई शहरावर.

नकाशाची घडी करून सोफ्यावरील बॅग मध्ये ठेवली. आणि ती बॅग उचलून तो घाईतच बाहेर पडला. बाहेरच रामलालची घोडागाडी उभी होती. रामलालने संभाला नेरुळ विमान स्थानकावर सोडले. संभाने मुंबईकडे जाणाऱ्या विमानाचे तिकीट इमरजन्सी मिळवले. आणि विमानाने मुंबईला पोहचला. मुंबई हे एक भव्यदिव्य शहर होते. सगळीकडे उंचच उंच गगनचुंबी इमारती डौलाने उभ्या होत्या. मुंगीलाही शिरकाव मिळणार नाही एवढी माणसांची वर्दळ होती.

त्या गच्च गर्दीतून बाहेर येऊन त्याने बॅगमधील नकाशा उघडून बघितला थोडा वेळ त्याचे निरीक्षण केले. नकाशा बॅग मध्ये ठेऊन तो उजवीकडे वळणार तितक्यात एक रिक्षा वेगाने जवळून गेली. जवळच असलेला खड्ड्यात पाणी साठलेले होते आणि त्यातूनच रिक्षाचे चाक गेल्यामुळे त्यातील सर्व पाणी संभाच्या अंगावर उडाले. राग येऊन संभाने त्याला आवाज देवून थांबण्याची ताकिद दिली. पळत जाऊन त्याला रिक्षाच्या बाहेर खेचले आणि त्याच्या काणशिळात भडकवणार तेवढ्यात रिक्षाच्या मागच्या सिटवरून उतरत असलेल्या मुलीकडे संभाचे लक्ष गेले. त्याचा राग क्षणांत शांत झाला. त्याने रिक्षाचालकास सोडून दिले.

त्या दोघांची नजरानजर झाली. "अग राधा. तु इकडे कशी?" " तुम्ही गेल्यानंतर बाबांची तब्बेत अचानक बिघडली. तेथील डॉक्टरांनी हृदयाचा आजार सांगून त्वरित ऑपरेशन करण्यासाठी मुंबईमधील कृष्णा हॉस्पिटलमध्ये पाठवले. आत्ताच काहीवेळ पूर्वी आई, बाबा आणि मी विमानाने येथील विमानस्थानकावर उतरलो. आणि रिक्षाने कृष्णा हॉस्पिटलकडे चाललो होतो. लवकरच हॉस्पिटला पोहचण्याकरता मीच रिक्षा ड्रायवरला रिक्षा वेगाने चालविण्यास सांगितली होती."

"स्वारी. माझ्यामुळे व्यत्यय निर्माण झाला. आपण लवकर हॉस्पिटलकडे निघावे."

कागदावर मोबाईल नंबर लिहून देत संभा म्हणाला काही मदत हवी असल्यास माझ्या ह्या नंबरवर काहीही संकोच न बाळगता कॉल कर.

"हो नक्कीच कॉल करेल."

असे म्हणत राधा रिक्षात बसली आणि हॉस्पिटल च्या दिशेने रवाना झाली. संभा जवळच्याच एका रिक्षा स्थानकावर गेला. तेथून रिक्षाने तो स्टिफन बंदरावर गेला. स्टिफन हे मुंबईमधील सर्वांत मोठे बंदर. अनेक देशातील मोठ मोठे जहाज व्यापारासाठी इथे उतरत. भारतातील समुद्र मार्गातील व्यापार देखील ह्याच बंदरावरून होत.

दिवस भर तो संपूर्ण बंदर पायीच फिरला. तेथील सर्वच गोष्टींच आतिशय बारकाईने तो निरीक्षण करत होता. चालता चालता तो अचानकपणे थांबला. त्याची नजर थोड्याश्या अंतरावर असलेल्या लाल रंगाच्या छोट्याश्या घरावर पडली. तिकडे बघत तो काही वेळ थांबला. आणि तिथून जवळच असलेल्या एका हॉटेलमध्ये नाष्टा करण्यासाठी गेला. त्याच्या मागच्या बाकावर चारपाच व्यक्ती एकाच कलरचे परंतू विशिष्ट नक्षीचे कपडे घालुन बसलेले होते. ते एकमेकांशी बराच वेळ संभाषण करत होते. परंतू त्यांची भाषा कुणालाही न कळण्या सारखी

होती. नाष्टा झाल्यानंतर संभा तेथून बाहेर पडला. आता बराच वेळ झाला होता. सूर्य अस्ताकडे वळाला होता. मुंबईमध्ये आल्यापासून थोडासाही आराम त्याने केला नव्हता. तेथून बऱ्याच अंतरावर त्याला राहण्यासाठी एक हॉटेल मिळाले. तिथे तो थोड्याच वेळात फ्रेश झाला. आणि रूम बंद करून तो हॉटेलच्या बाहेर पडला. आणि रिक्षाने कृष्णा हॉस्पिटला आला. त्याने राधाला फोन करून तिथे आल्याची माहिती कळवली. राधा पण घाईतच संभाकडे आली. संभाने मोरे गुरुजींच्या तब्बेतीबद्दल विचारपूस केली. सध्या तब्बेत ठिक असल्याचे त्याला राधेने सांगितले. त्यानंतर तो बराच वेळ राधेसोबत बोलत होता. काही गोष्टि विचारत होता तर काही गोष्टी समजावून सांगत होता. राधाच्या चेहऱ्यावर कधी प्रश्नचिन्ह असायचे तर कधी समाधानाचे भाव. त्यांचे बोलणे झाल्यानंतर राधाला बाबाची आणि स्वताची काळजी घेण्याचे सांगून त्याने तिचा निरोप घेतला.

संभा हॉटेलमध्ये आला. त्याने बॅगमधून एक कोरा कागद काढला. पेनने त्यावर वेगळेगळ्या डिझाइन बनविल्या. आणि गेटवरील वॉचमेनला टेलरचा पत्ता विचारला. इथून पुढच्या दोन वळणानंतर टेलरचे दुकान आहे असे वॉचमनने सांगितले. संभा घाईतच तिथे पोहचला. आपल्याकडील कागदावरील डिझाइनिंग टेलरला दाखवून त्याने त्याकडून एक ड्रेस शिऊन घेतला.

दुसऱ्या दिवशी सकाळी कालच वेगळ्या डिझाइनचा बनवतेला शर्ट त्याने परिधान केला. त्यावरून अजून एक शर्ट चढवला. आतील शर्टचा लोगो दिसेल एवढी मात्र व्यवस्था त्याने केली. आणि तो स्टिफन बंदरावर गेला. सकाळची वेळ होती. अधून मधून एखादे जहाज बंदराला येऊन मिळत होते. कडेला उभ्या असलेल्या जहाजांमध्ये विविध प्रकारचा माल भरण्याचे काम सुरू होते. संभा तेथून फेरफटका मारत होता. तेवढ्यात तो क्षणभर स्थिरावला. जहाजांत माल भरणारे दोन व्यक्ती संभाकडे संशयात्मक नजरेने बघत होते. त्याने त्यांच्याकडे दुर्लक्ष केले आणि तो पुढे निघाला.

तिथेच तो निरीक्षण करत बंदराच्या आजुबाजुने फिरू लागला. काल जिथे त्याने ते लाल रंगाचे घर बघितले होते तिथे तो आला. समुद्रकिनाऱ्यावरून हे घर जवळपास तीन चार किमी अंतरावरती असेल. परंतू ते बंदरावरीलच होते. त्या घराच्या उत्तरेला काहीश्या अंतरावर एक नदी वाहत होती. आणि नदीच्या कडेला घनदाट वृक्ष आणि माडाचे झाडे होती. तेथून धावतच ती नदी अगदी जवळ असलेल्या सागरास आलिंगन देण्यास जात असे. संभा त्या नदीचे आणि घराचे निरीक्षण करत होता तेव्हा त्याची नजर अचानक एका माडाच्या झाडाच्या पलीकडे गेली. त्या झाडामागून तेच दोन व्यक्ती संभाकडे बघत होते. संभाने त्यांच्याकडे

बघितल्यानंतर मात्र ते तेथून चालते झाले. हळूहळू संभाकडे बऱ्याच लोकांची नजर पडू लागली. त्या घराच्या पलीकडेच एक लोखडांच्या छोट्या मोठ्या वस्तु बनविण्याचा कारखाना होता. संभा त्या कारखाण्याजवळ जाऊन उभा राहिला. त्याच्या अंगात ज्या प्रकारच्या लोगोचे कपडे होते तसेच कपडे घालून त्या कारखान्यातील लोक ये जा करत होते. इकडे तिकडे बघून संभाही त्यांच्या सोबत आत गेला. आणि कुणाच्या नजरेत येणार नाही अशा प्रकारे सर्व गोष्टिंचे निरीक्षण करू लागला. कारखाण्यातील छोट्या मोठ्या वस्तू तो कामगाराप्रमाणेच वाहून नेवू लागला. दुपार पर्यंत निरीक्षणाचे आणि वस्तू वाहून नेण्याचे काम त्याचे चालूच होते. तेथील चार पाच व्यक्तींची त्याच्याशी थोडीफार ओळख झाली. तुम्हाला इथे कामावर कुणी बोलावले असे त्या कामगारांनी विचारले. तेव्हा संभानी त्यास जयवर्धन राठोड नाव सांगितले. ते नाव ऐकताच सर्व गप्पच बसले. हळू हळू ते संभापासून दूर निघून गेले. बघता बघता संपूर्ण कामगारच संभाकडे वेगळ्या नजरेने बघू लागले होते.

तेवढ्यात एक उंच धष्टपुष्ठ काळ्या रंगाचा एक कामगार जड पाउले टाकीत संभाकडे आला. आणि त्याने संभाला इशारा करीत मागे येण्यास सांगितले. तसे संभाही त्याच्या मागे गेला. तेथून जवळच असलेल्या एका रुम मध्ये तो संभाला घेऊन गेला. आणि त्याने संभाला दटावून विचारले.

"कोण रे तू?"

"मी कृष्णा."

"इथे काय करतोस?"

"इथे कामगार म्हणून काम करतो."

"केव्हा दिसला नाहीस येथे?"

"येथेच असतो नेहमी परंतू एवढ्या कामगारांमध्ये कधी दिसलो नसेल."

"जयवर्धन राठोड हे नाव कसे काय घेतलेस तू ?"

"इथेच फिरता फिरता मला समजले की इथल्या बॉसचे नाव जयवर्धन राठोठ आहे. म्हणून मी ते सांगितले."

समोरचा कामगार फारच संतापलेला होता. त्याने खिशातून रिव्हालवर काढून संभाच्या काणपट्टीवर ठेवली. आणि म्हणाला

"मूर्ख समजलास का मला? जगायच असेल तर बऱ्या बोलाने खरे सांग. नाहीतर मी रिव्हालवरचा घोडा ओढलाच समज."

संभा म्हणाला

"माफ करा. परंतू तुमचा माझ्याविषयी काहीतरी गैरसमज होतोय. मी सांगितलेली माहिती खरी आहे."

तो अजूनच संतापला. आणि जोरात ओराडला

"बाहेर कुणी आहे कारे ?"

पाच सहा धष्टपुष्ठ व्यक्ती हातात रिव्हॉलवर घेऊन आत आले. त्यांच्याकडे बघत तो काळा कामगार ओरडला

"याला घेवून जा रे अंधाऱ्या खोलीत. आणि बंद करा. अण्णाचा एक कण आणि पाण्याचा एक थेंबही देऊ नका यास."

ते लोक घाईतच संभाजवळ आले आणि त्यांनी त्याचे दोन्ही हात मागे वळवून ते दोरीने बांधले. आणि ओढत ओढत काळ कोठडीत घेऊन गेले. रुम मध्ये संभाला ढकलून देऊन दरवाजा बंद करून ते निघून गेले. तो संपूर्ण दिवस आणि ती रात्र संभाने अंधाऱ्या रूम मध्ये विना आण्ण पाण्याचीच घालवली. दुसऱ्या दिवशी सकाळी दरवाजा उघडला गेला. आणि एक व्यक्ति रूम आला. संभाच्या थोडा जवळ येऊन म्हणाला

"कृष्णा कोण आहेस तू? आणि कुणाच्या सांगण्यावरून तु इथे आलेला आहेस? जे असेल ते खरे सांग. अन्यथा तु आत्ताच तुझा जीव गमावशिल. तू इथे बंदरावर आल्यापासुनच माझ्या माणसांची नजर तुझ्यावर आहे. तु आमच्यापैकी एक नाहीस हे मी पुरते ओळखतो"

संभा म्हणाला

"हे बघा जयवर्धन राठोड मी पण तुम्हाला ओळखतो. पण जेव्हा तुम्ही मला ओळखाल तेव्हा तुमच्या पायाखालची जमीन सरकेल. मी तुमच्या बॉस लिवोनार्डोचा अगदी विश्वासू आणि जवळचा व्यक्ति आहे. काल त्याच्या सोबतच मी इथे आलो होतो. आणि त्याच्याच आदेशानुसार मी इथे थांबलो."

लिवोनार्डोचे नाव ऐकून राठोठ पुरता गळालाच. कारण ते नाव काही सामान्य माणसाचे नव्हते. वेगवेगळ्या नावाने त्याने मुंबईमध्ये दहशत माजवली होती. संपूर्ण मुंबईच त्याच्या नावाने चळचळा कापत असे. डॉन च्या दुनियेतील तो एक सिकंदर होता. जयवर्धन हा त्याचा राईट हॅण्ड होता. मुंबई बंदरावरील सर्व काळा कारभार हाच बघत होता. त्याला विश्वास पटेना की संभा लिवोनार्डोचा जवळचा माणूस आहे. तो अविश्वासानेच आणि करड्या आवाजात संभाला म्हणाला

"तू माझ्या बॉसचा विश्वासू आहे हे मी कधीच मान्य करणार नाही."

"मान्य करूही नका राठोड साहेब. परंतू तुमच्या बॉसचा तुमच्यावर विश्वास उरलेला नाही. हे मात्र खरे."

राठोड रागावून ओरडला

"कृष्णा.तोंड संभाळून बोल. आम्ही गेली पंचवीस वर्ष सोबत आहोत. आमचे व्यवहार अगदी सुरळीत आहेत. जीवापेक्षा जास्त आमचा एकमेकांवर विश्वास आहे. त्यात दरी पाडण्याचे काम करू नकोस. नाहीतर क्षणाचाही विलंब न करता तुझे शिर धडावेगळे करून टाकेल."

संभा शांतपणे म्हणाला

"तसे असते तर तुमच्या बॉसने मला इथे राहून तुमच्यावर लक्ष ठेवण्यास नसते सांगितले."

" तु खरेच बोलतोय हे कशावरून ? मी तुझ्यावर विश्वास नाही ठेऊ शकत"

"राठोड विश्वास ठेवण्यासाठी तुम्ही तरी जिवंत असायला हवे ना.कारण तुमचा बॉस तुम्हाला संपविण्याच्या तयारीत आहे."

आता मात्र राठोडचा राग आसमंताला भिडला होता. तो रिव्हालवर सभांच्या डोक्याला लावून जोरात ओराडला. "खामोश. एक शब्दही बोलशिल तर याद राख."

"साहेब."

"चुप तु गप्प बस. तुला एका दिवसांची मुदत देतोय कृष्णा मला लिवोनार्डो विषयी एक तरी अशी खबर दे कि जी मला माहित नाही परंतू सौ टक्का खरी असेल. आणि तु जर खबर देऊ शकला नाहीस. तर ह्या रिव्हालवरमधील सर्वच्या सर्व गोळ्या तुझ्या छाताडात असतील."

असे बोलून राठोड दरवाजाकडे जात होता. तेवढ्यात संभा बोलू लागला

"राठोड साहेब. आज रात्री जगातील उच्चतम प्रतीच्या कोहिनूर हिऱ्याची चोरी इथेच मुंबईत होणार आहे. आणि चोरी करणारा व्यक्ती तुमचा बॉस लिओनार्डोच आहे."

"फक्त चोविस तास आहे तुझ्याकडे. खबर खोटी निघाल्यास उद्याचा दिवस तुझ्या नशिबात नसेल."असे बोलून दरवाजा बंद करून राठोड धपाधप पावले टाकत तिथून निघून गेला.

रात्र केव्हा झाली हे त्या अंधाऱ्या रूम मध्ये संभाला कळाले सुद्धा नाही. अजुनही त्याला अन्नपाणी मिळाले नव्हते. घश्यात कोरड पडली होती. कशीबशी कुस बदलवत रात्र सरली. रात्रभर जागून झोप न आल्यामुळे सकाळी सकाळी त्याचा डोळा लागला आणि त्याला गाढ झोप लागली.

आज सकाळी राधा पहाटे पाचलाच उठली. सर्व तीने पटपट आवरले. संभाने दिलेले आय कार्ड तिने पर्स मध्ये ठेवले आणि आईला झोपेतून उठवत म्हणाली

"आई बाबाकडे लक्ष असू दे. मी मेडिसीन घेऊन लवकरच माघारी येईल."

राधा हॉस्पिटलच्या बाहेर निघून रिक्षा स्थानकावर पोहचली. अजून रिक्षा सुरु झालेल्या नव्हत्या. तिला खूप काळजी वाटू लागली होती. समोरच एक रिक्षा उभी होती तिकडे राधा गेली. रिक्षाचालक मागील सिटवर झोपला होता. राधाने आवाज देऊन त्याला उठविले. खूप विनवणी केल्यानंतर तो रिक्षा चालवण्यास तयार झाला. राधाने त्याला राष्ट्रसंघ ह्या लोकप्रसिद्ध वर्तमान पत्राच्या कार्यालयाजवळ सोडण्यास सांगितले. सकाळी रस्त्याने जास्त गर्दी नसल्यामुळे ती लवकरच कार्यालयाजवळ पोहचली. संभाने बनवून दिलेले आय कार्ड तिने गळ्यात घातले आणि कार्यालयाच्या ऑफिस जवळ आली. कार्यालयातील एक कर्मचारी बाहेर येत होता. त्याला तीने सांगितले कि एक महत्वाची बातमी आजच्याच पेपरमध्ये द्यावयाची आहे. त्या कर्मचाऱ्याने सांगितले की मॅडम आजच्या पेपरमध्ये बातमी देण्याची वेळ संपलेली आहे. राधाने त्याला गळ्यातील आय कार्ड दाखवून महात्वाची बातमी आहे असे सांगितले. तेव्हा तो तिला ऑफिसमधे घेऊन गेला. आणि तेथील संपादकाशी तिची भेट करवून दिली. संपादकाने राधाकडे बघून बोलण्यास सुरुवात केली.

"माफ करा मॅडम परंतू आता पेपर छापण्याचा टाईम झालेला आहे. आता कुठलीही बातमी छापणे अशक्यप्राय बाब आहे."

त्याकडे राधा विनवणी करू लागली

"सर,मी पण एक पत्रकार आहे. हे बघा माझे आय कार्ड. बातमी ही केवळ तुमच्या फायद्याची आहे म्हणून सांगतेय. एकदा बातमी ऐका छापण्यासारखी वाटली तरच छापा.

"ठिक आहे ऐकवा लवकर."

राधा संपादकाला सांगू लागली.

"आपल्या देशाची शान असलेला कोहिनूर हीरा काल रात्री चोरीला गेला. तेथील कर्मचाऱ्यांकडून माहिती कळाली की चोरी ही कुख्यात डॉन लिओनार्डोने केली."

संपादकाच्या चेहऱ्यावर झळाळी आली होती. त्याला मोठी बातमी मिळाली होती. पण मध्येच त्याच्या चेहऱ्यावर प्रश्नचिन्ह उमटले. आणि त्याने राधेला विचारले

"ही बातमी एव्हानातर सगळीकडेच पसरली असेल. मग आपण छापण्यात काय अर्थ?"

राधा म्हणाली

"सर सुरक्षा एजन्सी मध्ये माझे काका आहेत. त्यांच्याशी कॉल वर बोलत असताना ते मला म्हणाले नंतर कॉल करतो. आणि कॉल कट न करता त्यांनी

तसाच ठेऊन दिला. तेव्हा समोरील कर्मचाराने काकांना ही माहिती दिली. ती माहिती मी दहा मिनीटात तुमच्या पोहचवली."

"अच्छा तर मग काही अडचण नाही. तुमचा मी मनापासून आभारी आहे. थोडा वेळ बाहेर प्रतीक्षा करा आणि आपले पैसे घेऊन जा."

"हो ठिक आहे"

म्हणत राधा बाहेर गेली. आणि तिथे न थांबताच ती रिक्षाने पुन्हा हॉस्पिटलकडे आली. संभाने दिलेली एक कामगिरी तिने मोठ्या चातूर्याने पार पाडली होती.

"ए उठ चल. किती वेळ झोपतोस? आता कायमचेच झोपण्याची वेळ आलीय तुझ्यावर."

असे म्हणत संभाच्या अंगावर राठोडने पाणी टाकून त्यास उठवले. संभा उठून उभा राहिला. तशी राठोडने त्याच्या कपाळावर रिव्हालवर ठेवून घोड्याला हात घातला. घोडा खेचणार तेवढ्यात त्याचा विश्वासू नोकर धावतच त्या कडे आला आणि म्हणाला

"मालिक थांबा. त्याआधी ही बातमी वाचा."

राठोडने संभाच्या कपाळावरील रिव्हालवर काढून वृत्तपत्र घेऊन आलेल्या इसमाच्या कपाळावर ठेवली. आणि घोडा ओढला. तसा तो धपकन खाली कोसळला. रागातच राठोड म्हणाला

"जयवर्धन राठोड म्हणतात मला. शिकार करत असताना. मला तलवारीचा झालेला आवाज सुद्धा सहन होत नाही. तु तर बोंबलत माझ्या पर्यंत आलास. तु तर मरणारच होता साल्या."

असे म्हणत तो खाली वाकला आणि त्याने खाली पडलेले वृत्तपत्र हातात घेतले आणि वाचू लागला. त्याचे डोळे मोठे आणि चेहरा लालबुंद झाला होता. तो डोक्याला हात लावून खाली बसला. एवढा मोठा विश्वासघात. आणि तो पण राठोड सोबत. मला न सांगताच एवढी मोठी चोरी लिओनार्डोने केली. आणि ते पण माझ्या इलाक्यात.? म्हणजे हा कृष्णा खरे बोलतोय. नक्कीच हा बॉसचा विश्वासू असणार. त्याशिवाय एवढी महत्त्वाची बातमी वेळेच्या आधी कुणालाही समजू शकत नाही. हा सांगतोय त्याप्रमाणे चोरी तर झालीच. परंतू यानंतर खरच बॉसच्या बंदुकिच्या गोळीवर माझे नाव लिहीले असेल का? छे! नसेल कदाचित. परंतु असेलच तर. ह्या कृष्णाची आपल्याशी काही दुश्मनी पण नाही. मग हा खोटे का बोलेन? नसेलच बोलत खोट. जास्त अविश्वास दाखवून नाही चालणार. हा बोलल्याप्रमाणे खरे झाले तर जगण्याचा चान्स शुन्य. असाच विचार करीत राठोड

उठून उभा राहिला. आणि संभा जवळ येऊन करड्या आवाजात बोलू लागला.

"चल बाहेर. तु सांगितलेली खबर खरी निघाली. म्हणून आज तुझा जीव वाचला. माझी खात्री पटलीय की तू बॉसचा विश्वासू आहे."

रुमच्या बाहेर येत संभा राठोडला म्हणाला

"धन्यवाद राठोड. लवकर माणसे ओळखण्यास शिकलात."

संभाला थांबण्यास सांगून राठोडने त्याचे बांधलेले हाथ स्वता सोडले. संभाला घेऊन तो त्याच्या भव्य आणि वातानुकुलित रूम मध्ये गेला. भरपूर फळे आणि उत्तम जेवण त्याने संभाला दिले. जेवत असतानाच त्याने संभाला विचारले.

"कृष्णा तु सांगतोय त्याप्रमाणे बॉस जर मला मारणार असेल. तर त्यामागचे ठोस कारण काय असेल?

"राठोड सर. एक लक्षात घ्या ह्या व्यवसायात ठोस कारणच हवे असे काही नसते. एखादा आपल्यात वाटेदार होणार असेल किंवा आपल्या वरचढ ठरत असेल तर तेच सर्वात मोठे ठोस कारण असते. आपल्या बाबतीत ठोस कारण विचारत असाल तर आताच बॉसने पृथ्वीमोलाचा कोहिनूर हिरा चोरलाय. आणि त्यात बॉसला कुणीच वाटेदार नकोय. हेच तुम्हाला मारण्याचे ठोस कारण बॉसकडे आहे."

काहीसा विचार करत राठोड संभाला म्हणाला

"हो अगदी बरोबर सांगितलेस कृष्णा तू. पण यातून वाचण्यासाठी सरळ देश सोडून पळून गेलो तर?"

"राठोड सर. किती हा बालीशपणा? पंचविस वर्ष बॉससोबत राहिलात पण त्याला ओळखू शकला नाहीत. अहो तो पाताळातून सुद्धा शोधून काढेल पण जिवंत सोडणार नाही. त्यामुळे पळून जाण्याचा विचार मुळीच करू नका. आणि पळायच असेलच तर बॉसला पांगळ करूनच पळा. म्हणजे लुळ्या पायाने तो तुमच्यामागे धावणार नाही. आणि चुकून धावला जरी तरी तुम्हाला पकडू शकणार नाही."

"म्हणजे? नेमके काय म्हणायच तुला कृष्णा? बॉसला पांगळ करायच म्हणजे काय? कुणी स्वप्नातही त्याच्यापर्यंत त्याने ठरविल्या शिवाय पोहचू शकत नाही. त्याला पांगळ करणे म्हणजे कावळ्याने गरुडझेप मारणे ठरेल."

"राठोड साहेब मर्डर मारामाऱ्या करुण तुमचे विचारही लुळे पांगळे आणि बिनबुडाचे झाले आहेत. बॉसला पांगळे करायच म्हणजे त्याला बुद्धीने पांगळ करायचे म्हणजे पाय असूनदेखील त्याला पळता येणार नाही. तुमचा बॉस पळतो, उड्या मारतो ते सर्व त्याच्याजवळ असलेल्या अफाट पैशांमुळे. एकदा की त्याचे पैसे कमी झाले की त्याचे सामर्थ्य कमी होईल आणि सामर्थ्य कमी झाल्यास तो

आपोआपच पांगळा होईल.

राठोडच्या चेहऱ्यावर आनंदाने हसू उमटले. आणि पुन्हा त्याच्या आनंदकळ्या हळू हळू मिटून गेल्या. आणि तो संभाला म्हणाला

" हे मात्र तेवढे सोपे नाही. बॉसचे सर्व धन पैसे कुठे असेल हे त्याला सोडून हवेला देखील माहित नसेल."

राठोड ते हवेला माहिती असो वा नसो मला बऱ्यापैकी अंदाज आहे.

"काय बोलतोस कृष्णा? तुझ्या अंदाजाप्रमाणे कुठे असेल त्याचे सर्व धन?"

राठोडने खुशीने विचारले.

"बॉस एक दिवस म्हणाला होता की माझे सर्व धन माकडांकडे सुखरूप आहे."

"परंतू त्या वरून काय अंदाज बांधायचा कृष्णा?"

"राठोडजी नेहमीच ताकद वापरता. केव्हातरी बुद्धीचा देखील वापर करून बघा. माकडालाचा हिंदीमध्ये बंदर म्हणतात. म्हणजेच कदाचित त्याचे धन हे बंदरावर आहे. बॉसचेही सर्वात जास्त लक्ष ह्याच बंदरावर असते. आणि आम्हाला देखील तो इकडेच जास्त लक्ष ठेवण्यास सांगतो. या संपूर्ण गोष्टींचा आढावा घेतला तर असे दिसून येते की त्याचे धन ह्याच बंदरावर आहे."

"काही काय बोलतोस कृष्णा? इथे माझ्या आयुष्याचा बराच काळ व्यथित झाला आहे. मला साधा सोन्याचा सुगंध देखील इथे आला नाही. आणि तु म्हणतोय की त्याचे धन आहे."

"मला सांगा राठोड सर. या बंदरावर अशी एखादी जागा आहे का? जिथे तुम्ही कधी गेले नाहीत किंवा तुम्हाला तिथे जाऊच दिले नाही."

थोडासा विचार करत राठोड म्हणाला

"हो आहे असे एक ठिकाण. परंतू तिकडे मलाच कधी जावे वाटले नाही. कारण आम्ही आतापर्यंत जेवढ्या लोकांचे मर्डर केले आहेत त्या सर्वांचे मृतदेह तेथेच नेऊन टाकले आहेत. बॉसच्या एका माणसाकडे मी मर्डर केलेला माणूस देतो. तो त्याला आतमध्ये घेऊन जातो. परंतू नंतर मला सुद्धा तिकडे जाण्याची परवानगी नसते. कारण त्या बाजूला बॉसची शंभर एक माणसे सतत पाहरा देऊन असतात. बॉस शिवाय तिथे हवेला सुद्धा आत जाण्यास परवानगी नाही."

"त्याच ठिकाणी आहे बॉसचे धन. राठोड केव्हा विचार केला नाहीस का कि मेलेले माणसे संभाळण्यासाठी शंभर एक माणसे कशासाठी? आणि तिथे पुन्हा तुम्हालाही जाण्याची परवानगी का नाही?"

" कृष्णा तु बोलतोय त्यात मला तथ्य वाटतेय. म्हणजे संपूर्ण धन आपल्याकडे आहे तर. परंतू ते बाहेर काढणे एवढे सोपे नसेल."

त्याला आश्वासन देत संभा म्हणाला

"धीर सोडू नका राठोड. काहीना काही मार्ग नक्कीच मिळेल."

"कृष्णा तु सोबत असल्यास कुठलीच गोष्ट अशक्य नाही असे मला वाटतेय. या संपूर्ण प्लॅन मध्ये तु मला साथ दे. तुला मी विस टक्के धन देऊन टाकेल."

चेहऱ्यावर अत्यानंद दाखवत संभा म्हणाला

"तुमच्या सारखा मोकळ्या मनाचा, दिलखुलास आणि हुशार व्यक्ती शोधून सापडणार नाही राठोडजी. तुम्ही तर विस टक्के द्‌यायच कबुल केलेत. मला पाच टक्के जरी दिले असते तरी माझ्या सारख्याला खूप झाले हो ते. देव माणूस आहात आपण."

राठोडने विचारले

"यापुढचा प्लॅनिंग काय?"

" प्लॅनिंग थोडासा अवघड आहे. परंतू त्याशिवाय तर पर्याय नाही. तुम्ही म्हणालात समोरच्या बाजुने सुरक्षा रक्षक आहेत. मागच्या बाजूने पण तितकेच लोक आहेत का?"

"समोरच्या बाजूने आहेत त्यापेक्षा कमी आहेत. परंतू नेहमीच हात्यार बंद आणि बॉसच्या अगदी जवळचे. त्यांना ऑर्डर फक्त बॉस देऊ शकतो मी सुद्‌धा नाही."

थोडासा विचार करून संभा म्हणाला

"मागील बाजूस शोष खड्‌डे असतीलच."

"हो आहेत कृष्णा."

"ठिक तर राठोडजी. बॉस च्या माणसांना म्हणाव बऱ्याच दिवसांपासून शोषखड्‌डे रिकामे केले नाहीत. ते आता साफ करायचे आहे. आणि एक नवीन शोषखड्‌डा बनवायचा आहे. आपल्याला किमान दहा उत्कृष्ट कामगार लागतील. हे सर्व काम दोन दिवसांत आटोपण्यास हवे. कारण कोहिनूर चोरून पळालेला बॉस तो हिरा ठेवण्यासाठी इथेच येईल. तो येण्याच्या आत आपला प्लॅन पूर्णत्वास गेला पाहिजे."

विचार करत राठोड म्हणाला

"शोषखड्‌डे साफ करून आपल्याला काय मिळणार कृष्णा.? दिवसेंदिवस साठलेले मलमुत्र. त्याच मी काय करू? ते विकून श्रीमंत होऊ का?"

"राठोडजी डोक्यात नुसता मेंदु असुन चालत नाहि. त्याचा वापरही करावा लागतो. ह्या साऱ्या इमारतीच वापरलेले पाणी जमिनी खालील नाल्यांतून शोषखड्‌ड्या पर्यंत येऊ शकते, तर शोषखड्‌ड्यापासून त्या नाल्यामधून स्टोर रूम

पर्यंत पोहचता येणार नाही का?"

आता कुठे राठोड च्या डोक्यात प्रकाश पडला होता. तो आनंदाने म्हणाला

"अरे हो. हा विचार तर मी स्वप्नात देखील केला नव्हता. माणले पाहिजे कृष्णा तुला. बॉस सोबत राहण्याचा पुरेपूर फायदा करून घेतलास तू."

संभाने भरपेट जेवण केले. जेवण आटोपून हात धुवत तो म्हणाला

"राठोडजी काय शाबासकी द्यायची ती नंतर द्या. परंतू आता क्षणाचाही विलंब करणे अतिशय धोक्याचे ठरेल."

राठोड खुर्चीतून उठत म्हणाला

"ठिक आहे कृष्णा. तु सांगितल्याप्रमाणे माणसांची आणि कामाची तय्यारी मी करतो. आणि तो घाईतच झपाझप पावले टाकत निघून गेला.

इकडे राधानेही संभाने सांगितल्याप्रमाणे नदीकाठच्या एका स्विमिंग ॲकाडमी मध्ये लहान मुलांना पोहण्याचे प्रशिक्षण देण्याचे काम सुरू केले होते. आणि तिथे ती लहान मुलांना अतिशय चांगल्या प्रकारे पोहण्यास शिकवत होती.

थोड्याच वेळात दहा कामगार घेऊन राठोड इमारतीच्या मागच्या बाजुला शोषखंड्याजवळ उभा होता. संभाने सांगितल्याप्रमाणे त्याने काम सुरू केले. चार शोष खंड्याजवळच त्याने पाचवा नवीन शोषखड्डा बनवला. त्या शोषखड्यापासून एक नाली स्टोर रुम पर्यंत साफ करून माणूस त्यातून सरपटत जाऊ शकतो अशी बनवली. आणि त्याने संभाला बोलवून म्हणाला

"कृष्णा तू सांगितल्याप्रमाणे मी सर्व तयार केले आहे. आता इथून पुढील काम तुझे."

" व्वा राठोडजी तुम्ही तर हुशार निघालात. एवढ्या लवकर सर्व कामगीरी आटोपली. आता पुढचे काम माझे. तोपर्यंत सर्वत्र गरुडासारखी नजर ठेवा. आणि काही संकट असल्यास मला तातडीने कळवा."

" काळजी नसावी कृष्णा. बाहेर घडणारी प्रत्येक हालचाल तुझ्यापर्यंत तातडीने पोहचवेल."

असे बोलून राठोड चालता झाला. संभाने तिथे उभे असलेल्या दोन व्यक्तींना आपल्या सोबत येण्यास सांगितले आणि ते तिघे नवीन केलेल्या शोषखड्ड्यात उतरले. शोषखड्यातुन असलेल्या नाल्यातून दोघे पुढे सरपटत निघाले. आणि संभा त्यांच्या मागे. त्या अतिशय दुर्गम नाल्यांनी अंग वाकडे तिकडे करीत तर कधी बारीक करत ते तिघेही स्टोर रूम मध्ये पोहचले. तिथे अतिशय भयंकर दुर्गंधी होती. कितीतरी दिवस तिथेच पडलेल्या शवांचा कुजट आणि घाणेरडा वास येत होता. एका हाताने नाक दाबून ते रूममध्ये सर्वत्र शोध घेऊ लागले.

सर्व शव त्यांनी उचलून सगळीकडे शोधले परंतू तिथे कसलाच मागमूस लागेना. भितीमध्ये काही वेगळेपणा जाणवतो का हे संभा भिंतीवर हाताने ठोकून तपासून बघत होता. इतक्यात दोघातील एकाचा मोबाईल वाजला. त्यावर राठोडचा कॉल आलेला होता. त्याने कृष्णाकडे कॉल देण्यास सांगितला. त्याने संभाकडे फोन आणून दिला . राठोड अगदी भितीने घाबरत बालू लागला

"कृष्णा आपला प्लॅन फसलाच आता. परंतू जीवनही संपल्यासारखे वाटू लागले आहे. बॉस पाच मिनिटांपूर्वीच बंदरावर आलेला आहे. फार झाले तर तिस मिनिटे मि त्याला थांबवू शकतो. यापेक्षा जास्त नाही."

" ठीक आहे रोठोडजी. तुम्ही धीर सोडू नका. मी सर्व सोन आणि हिरे एका शोषखड्यात टाकून देतो. शोषखड्डे साफ करायचे सांगून तुम्ही अलगद त्यातून धन लंपास करू शकतात. बॉसला कानोकान खबरही लागणार नाही. आणि लक्षात ठेवा ही माहिती फक्त येथील दोनच व्यक्तींना माहित आहे. त्यांची काळजी घ्या म्हणजे झालं."

संभाचे बोलणे लक्षात येण्यास राठोडला वेळ लागला नाही. तो मिस्किलतेने हसून म्हणाला

"काळजी नसावी तसेच होईल. फक्त लक्षात असू द्या आपल्याकडे वेळ फक्त अर्धा तास आहे. एवढे बोलून त्याने कॉल रद्द केला."

रात्र थोडी सोंगे फार असे झाले होते. प्रत्येक शव आपल्याकडे बघुन हसल्याचा भास त्यांना होत होता. सर्वत्र शोधुनही काही सापडत नव्हते. एका शवाला लाथ लागून संभा खाली पडला. तेथून उठून तो पुढे निघाला पण काहीतरी आठवून तो पुन्हा मागे आला. तेथे पुन्हा त्याने पायाने खाली वाजवून बघितले. थोडेसे पोकळ असल्यागत तेथे वाटत होते. संभाने त्या दोघांना बोलावून त्या जागेवरील शव बाजूला हटविण्यास सांगितले. तिथे एका शवाखाली त्यांना मोठे कुलुप दिसले. संभाने खिशातून एक तार काढली तिला विशिष्ट आकार दिला आणि कुलुपात लावून फिरवली तसे ते कुलुप लगेच उघडले गेले. त्यावरील लोखंडी दरवाजा त्यांनी उघडला. तेथून खाली जाण्यास पायऱ्या होत्या ते तिघेही एकापाठोपाठ खाली उतरली.

तळघरात एक मोठे पोलादाचे कपाट होते. ते कपाट उघडण्यासाठी एक व्यक्ती पुढे आला आणि त्याने कपाटाला हात लावला. काही समजण्याच्या आतच त्याची जळून राख झाली. हे बघुन दुसऱ्याची बोबडीच वळाली. भितीने त्याच्या अंगाचा थरकाप होऊ लागला. तो तेथून पळून जाऊ लागला. परंतू संभाने त्याला समजावले. काहीश्या धनाच्या लालसेने तो तिथे थांबण्यास तयार झाला. संभाने

मोबाईलचा लाईट चालू करून रूम मध्ये प्रकाश केला. खाली वेगवेगळ्या रंगाच्या फरशा होत्या. थोडावेळ तो तसाच बघत विचार करू लागला. हळू हळू त्याच्या चेहऱ्यावर समाधानाचे भाव उमटू लागले. इंद्रधनुच्या रंगाप्रमाणे त्याने उजवा पाय उचलून तांबड्या रंगाच्या फरशीवर ठेवला. डावा पाय नारंगी रंगावर नंतर पुढे क्रमशा पिवळ्या हिरव्या, निळ्या, पांढऱ्या आणि शेवटी जांभळ्या रंगावर पाय ठेवला. आणि त्या कपाटाचा दरवाजा उघडला.

सोन्याची आणि हिऱ्यांची जणू काही तिथे खानच होती. इतक्या वेळ घाबरून बसलेला तो व्यक्ती आता त्या धनाकडे बघुन जीभल्या चाटू लागला होता. संभाने सर्व शक्य होईल तेवढे सुवर्ण एका पिशवीत भरले. कपाटाच्या वरच्या कप्प्यात जवळपास सहा सात हजार मौल्यवान हिरे होते. त्याच्याच बाजूला काळ्या रंगाची कापडाची तळहाता एवढी पिशवी होती. संभाने ती उघडून बघितली. त्यात वेगवेगळ्या आकाराची सुबक चारशे पाचशे रत्नजडीत हिरे होते. संभाने सोन्याने भरलेली पिशवी त्या व्यक्तीकडे उचलून दिली. आणि त्यास शोषखड्ड्याकडे जाण्यास सांगीतले . तो पिशवी नालीमध्ये पुढे ढकलवत मागून सरपटत घाईनेच शोषखड्या कडे निघाला. संभा स्टोर रूम मध्ये जरा वेळ थांबला. शवांचा जास्त दुर्गंध येऊ नये म्हणून मिठ सर्वत्र पसरवले होते. आणि काही मिठाच्या गोण्या तिथे ठेवलेल्या होत्या. संभाने संपूर्ण हिरे एका प्लॅस्टिकच्चा पिशवित ओतले. हिऱ्यांची ती कापडाची छोटी पिशवी देखील प्लॅस्टिकच्या पिशवीत ठेवली आणि एका गोणीचे तोंड मोकळे केले व ती पिशवी मिठाच्या गोणीत खोलपर्यंत घातली आणि गोणीचे तोंड बंद केले. ती मिठाची गोणी घेऊन संभा नालींन मधुन सरपटत बाहेर शोषखड्ड्यात आला. आधी आलेला व्यक्ती संभाची तिथेच प्रतीक्षा करत होता. संभाने ते सोने देखील मिठाच्या गोणीत भरले. सोबतचा व्यक्ती सांगू लागला की सोने हे शेजारच्या शोषखड्ड्यात टाकण्याचे ठरलेले होते. मिठाच्या गोणीत टाकण्याचे नाही. ते खराब होऊ नये म्हणून मी ते मिठाच्या गोणीत ठेवले आहे. बाहेर निघालो कि दुसऱ्या शोषखड्ड्यात टाकून देऊ. आता जास्त प्रश्न न करता गोणी उचल आणि बाहेर निघ. त्या व्यक्तीनेही गोणी उचलली आणि शोष खड्ड्याच्या बाहेर आला.

वेळ फार थोडा राहिला होता. बॉस तेथे केव्हाही येऊ शकत होता. संभाही त्या व्यक्तीच्या मागे शोषखड्ड्याच्या बाहेर आला. मिठाची गोणी हातात पकडली आणि एक जोरदार धक्का त्या व्यक्तीला दिला . तो शोषखड्यात जाऊन पडला. इमारतीमध्ये बराच गदारोळ झाल्याचा आवाज येत होता. संभाने गोणी उचलली आणि घनदाट झाडींतून मार्ग काढत उंच डोंगराच्या दिशेने धावू लागला. खड्ड्यात

पडलेला व्यक्ती कसाबसा बाहेर निघाला होता. तो पळतच राठोडकडे गेला. तो राठोडला काही सांगणार एवढ्यात राठोडला संभाचे ते बोल आठवले की आपली ही गुपीत खबर अजून दोन व्यक्तींना माहित आहे. त्यामुळे त्यांची काळजी घ्यावी. राठोडने बंदुकीला हात घातला आणि समोरचा व्यक्ती तोंड उघडण्याच्या आतच त्याला गोळी घालून ठार केले. आणि आपला प्लॅनिंग पूर्णत्वास गेलेला असेल असे समजून राठोड शोषखड्ड्यांजवळ धावतच आला. कृष्णा कुठे आहे याची त्याने चौकशी केली. तेव्हा त्याच्या माणसाने सांगितले कि तो मिठाची गोणी घेऊन आताच झाडींमध्ये गेला. राठोडने त्यांना दरडावून विचारले गोणी तपासून घेतली का तुम्ही? ते म्हणाले चिंता नसावी मालक. गोणीत मिठच होते. आतमध्ये खूप दुर्गंधी होती म्हणून अंगाला मिठ लावून अंघोळ करायची असे तो सांगत होता. आत्ताच गेलाय. त्यांच्याकडे दुर्लक्ष करत राठोड संभामागे धावतच गेला. संभा त्याच्या नतरेच्या टप्यात आला होता. त्याने संभाला आवाज दिला. तसे संभाने टेकडीवरून मिठाची गोणी खाली खोलवर नदीच्या पाण्यात फेकून दिली. आणि राठोडकडे तोंड करून उभा राहिला.

"कृष्णा इकडे कुठे निघालास?"

"राठोडजी मी नदीवर आंघोळीसाठी चाललो होतो. ते पण तुमच्या विश्वासू लोकांना विचारून काही चुकले का माझे?"

" छे रे कृष्णा तु कधी चुकुच शकत नाही. परंतू जीवाशी खेळून तु मला जगातील श्रीमंत व्यंक्तीपैकी एक बनवलसं. तुझे आभार व्यक्त करण्यासाठी मी धावतच तुझ्यापर्यंत आलो. मला तुला एकदा तरी मिठीत घ्यावस वाटतयं."

असे बोलत तो संभाच्या अगदी जवळ आला. संभानेही त्याला आलिंगन देण्यासाठी हात पुढे केले तसे त्याने एक जोरदार धक्का संभाला दिला. बेसावध असलेला संभा खोल दरीत कोसळला. तसा उन्मत्त हत्ती सारखा राठोठ मोठमोठ्याने हसू लागला.

"स्वतःला बुद्धीवान समजतोस काय? अरे तुला केव्हाच मारला असता परंतू तू सांगितलेला प्लॅन मला पटला म्हणून तू वाचला पण फार काळ टिकला बिचारा."

असे म्हणत अत्यानंदाने राठोड तेथून निघुन गेला.

इकडे राधाचे मुलांना प्रशिक्षण देण्याच काम सुरूच होते. तेवढ्यात दूरवर लाल काहीतरी पाण्यात चमकल्याच राधाला दिसले. तसे संभाने सांगितलेली गोष्ट तिला आठवली. आणि तिने खळखळ वाहणाऱ्या नदीच्या पात्रात झेप घेतली. माश्याप्रमाणे वेगाने पोहत ती पाण्यातील अंतर पार करू लागली. वेगवान पाण्याच्या प्रवाहावरून ती लालसर चमकणाऱ्या गोष्टीकडे झेपावत होती.

थोड्यावेळातच ती तेथपर्यंत पोहचली. ती एक गोणी होती. तिला रेडीअम लावलेले होते. संभाने सांगितल्याप्रमाणे राधाने ते हलकी गोणी काठापर्यंत आणली. गोणी उघडून तिच्यातील प्लॅस्टिकची पिशवी तिने काढली. पिशवी घेऊन ती घाईनेच रिक्षा स्थानकावर गेली. संभाने सांगितल्याप्रमाणे ती रेल्वे स्थानकावर आली. आणि हिमालया कडे जाणाऱ्या वृंदावन एक्सप्रेस मध्ये बसली. रेल्वे भरधाव वेगाने निघाली. ती रेल्वेत बसली होती खरी परंतू तिचे मन तेवढ्यात भरधाव वेगाने तिच्या हॉस्पिटल मधील बाबांकडे धाव घेत होते. तेव्हाच तिला संभाच्या विश्वासपूर्वक शब्दांची जाणीव होत असे

"राधा. माझ्यावर विश्वास ठेव. आईबाबांना मी सुखरूप घरी घेऊन येईल."

का कुणास ठाऊक परंतु संभाच्या डोळ्यांत तिला विश्वास ओसंडून वाहताना दिसत होता. म्हणून तर ती आईबाबांना त्याच्या भरवश्यावर सोडून निघून गेली होती. दोन दिवस सतत दिवस रात्र रेल्वे चालू होती. अखेर ती नेरूळ स्थानकावर येऊन थांबली. राधा स्थानकावर उतरली खरी परंतू तिचे मन तिच्या बाबांसभोवतालीच फिरत होते. तिच्या घराकडे जाण्याकरता ती एका घोडागाडीत बसली. तिचे विचारचक्र काही केल्या थांबत नव्हते. मी केले ते योग्य केले का? योग्य कसे असेल मी आईबाबांना तिथेच सोडून आले. संभा खरच आईबाबांना घरी आणेल का? कि पुन्हा माघारी जाव? तिला काहीच सुचेना. तेवढ्यात टांगेवाल्याने आवाज देऊन सांगितले

"मॅडम उतरा तुमचा स्टॉप आला आहे."

ती घोडागाडीतून उतरली आणि तसेच जड पावलांनी घराकडे चालली. टांगा वाल्याने पुन्हा आवाज दिला

"मॅडम पैसे."

तेव्हा ती मागे फिरली हातातील पर्स मधून पैसे काढले आणि टांगेवाल्याच्या हातात दिले.

"मॅडम तुमचे पैसे"

म्हणत त्याने राधाकडे बघितते परंतू ती फार पुढे निघून गेली होती.

दरवाजात उभे असलेले व्यक्ती बघून तिला परमानंद झाला. तशीच पुढे पळत येऊन तीने मिठी मारत म्हंटले

" बाबा मला माफ करा पुन्हा असे तुम्हाला एकटे सोडून नाही येणार कधीच."

तीचे आश्रू पुसत मोरे गुरुजींनी तिची समजुत काढली.

"राधा. संभाने आम्हाला विमानाने सुखरूप येथे पोहचविले. रस्त्याने सर्व आमच्या दोघांची काळजी त्यांनीच घेतली. तु पुढे सुखरूप पोहचली आहे हे पण

आम्हाला संभानेच सांगितले."

राधाने संभाकडे बघितले आणि म्हणाली

"सर. खुप आभारी आहे मी तुमची. तुम्ही माझ्या आईवडिलांना सुखरूप पोहचविले."

"आभार तर मी तुझे व्यक्त करण्यास हवे राधा. तु मला अनमोल अशी साथ दिली आहे. मी तुझा आयुष्यभर ऋणी राहिल."

तिचे आभार मानून संभाने मोरे गुरुजींना साठेंना कॉल करून बोलविण्यास सांगितले.

"साठेंना सांगा की येऊन तुमचे हिरे घेऊन जा."

"अहो पण त्यांचे हिरे आपण कसे देणार? आपल्याकडे हवेत ना."

" गुरुजी त्यांना बोलवा. तुमच्यावर झालेले आरोप प्रत्यारोप पण दुर होतील."

संभाने सांगितल्याप्रमाणे गुरुजींनी साठेंना बोलविले.

साठे घाईनेच गुरुजींकडे आले. दरवाजातून आनंदाने बोलू लागले

" गुरुजी द्या लवकर कुठे आहेत माझे करोडोंचे हिरे?"

घरातील सर्व बैचेन झाले आता साठेंचे हिरे परत कसे करायचे. गुरुजी आता संभाकडे बघू लागले. संभाने राधाकडे नदीतून आणलेली प्लॅस्टिकची पिशवी मागितली. राधाने ती संभाकडे दिली. संभाने त्या प्लॅस्टिकच्या पिशवीतून एक छोटी कापडाची पिशवी काढली आणि साठेंच्या हातात टेकवत म्हणाला.

"हे घ्या तुमचे हिरे साठे सर"

साठेंनी हिरे बघितले आणि त्यांचा आनंद गगनात मावेनासा झाला. साठेंनी खाली बसून संभाचे पाय धरले. आणि म्हणाले

"संभा सर मला खात्री होतीच की हे काम तुम्ही सोडून कुणीच करू शकत नाही."

संभाने त्यांना उठवत समोरील खुर्चीत बसवले.

"संभा सर. मला माहित होते की माझे हिरे गुरुंजीकडेच असणार."

"शांत बसा साठे काका. माझ्या बाबांना एक शब्दही बोलू नका."

"गप्प बस्स तू राधे. चोरट्या बाबांची बाजू घेतेस. बाबासोबत तुलाही जेलमध्ये जाण्याची घाई झालेली दिसते."

" गप्प बसा साठे."

संभा साठे वर ओरडला.

"कुठलीही गोष्ट पुर्णपणे माहित असल्याशिवाय कुणाला दोषी ठरवू नये. आणि तुरुंगात पाठवायचे असेल तर नारायण आणि सनीला पाठवा. कारण खरे चोर तर तेच आहे."

"काय बोलताय संभा सर?"

"हो खरे तेच बोलतोय. जेव्हा तूम्ही नारायण बद्दल मला सांगितले तेव्हाच माझा संशय त्यावर होता. की नेहमी वेळेत टोपी बनवून देणारा नारायण ह्या वेळेस इतका उशीर का करतोय? प्रत्येक वेळेस वेगवेगळे कारणे का सांगतोय. त्याने तुम्हाला सांगितले होते की कलाकुसरीच्या वस्तू वेळेत मिळाल्या नाहीत म्हणून उशीर झाला .म्हणून मी त्या कलाकुसरीच्या दुकानात जाऊन विचारण्याचे ठरविले. आणि त्या दुकानाचा पत्ता मी नारायण कडूनच मिळवला होता. तिथे चौकशी केल्यानंतर मला कळाले की नारायणने ऑर्डर देण्याच्या दुसऱ्याच दिवशी त्याला त्यानी संपूर्ण सामान सुपूर्द केले होते. मग नारायणने टोपी बनविण्यास का उशीर केला? हा प्रश्न माझ्या डोक्यात घर करू लागला. आणि माझ्या संशयाच्या घरात नारायण अडकला.

दुसऱ्या दिवशी मी तुमच्या घरी आलो होतो. ते तुमच्या शयनकक्षेत काही पुरावे मिळतात का हे बघण्यासाठी. मी तुमचे लॉकर बघितले तेव्हा त्या लॉकरच्या वरच्या बाजुला मला गोपिनिय पासवर्ड टाका असे नाव दिसले. तो पासवर्ड टाकण्यासाठी त्या व्यक्तीची उंची ही किमान सहाफूट हवी होती. कारण कमी उंचीच्या व्यक्तीला तो पासवर्ड टाकणे अशक्य होते. आणि त्या रुममध्ये खूर्ची देखील नव्हती. तेव्हा मी तुम्हाला विचारले असता मला कळाले की तुमच्या नातेवाईकांना मध्ये सहा फुट उंचीचा तुमचा साला सनी आहे. गुरुजी झोपले होते तिथे मी बोट फिरवून बघितले तर त्या उशीवर क्लोरोफॉर्म टाकल्याचे मला आढळून आले. जेव्हा मी खिडकीजवळ गेलो तेव्हा मला खिडकीच्या बाजूला वरती एक कापडाचा तुकडा अटकलेला दिसला. तो नक्कीच खिडकीतून पळून जाणाऱ्या चोराचा होता. त्या दिवशी मी मुद्दाम तुमच्याकडे ब्रम्हकमळ मागितले. कारण मला खिडकीच्या खाली परसबागेत काही पुरावा सापडतोय का हे बघायचे होते. आणि मला एका मोठ्या बुटाच्या तळव्याचा माग तिथे दिसला. आणि त्याचे नक्षीही.

मी तुमच्या घरी आलो तेव्हा तुमची बायको माझ्याकडे काहीशा संशयानेच बघत होती. आणि आपण परसबागेत उभे होतो तेव्हाही तिचे लक्ष माझ्याकडेच होते. आता माझ्या हातात दोन पुरावे होते. एक खिडकीतून पळालेल्या चोराचा कपड्याचा तुकडा आणि बुटाचा माग. हे दोन्ही शोधण्यासाठी मला गुरुजींकडे आणि सनीकडे जाणे भागच होते. म्हणून मी खिडकीतील कपड्या प्रमाणेच सारख्याच रंगाचा ड्रेस घेतला आणि गुरुजींकडे आलो. शर्ट गुरुजींकडे दिला. परंतू शर्ट बघून गुरुजींचे हावभाव बदलले नाहीत. त्यावरून माझ्या लक्षात आले की

खिडकीतून जाणारे गुरुजी नाही. मी जाताना मुद्दाम दरवाजामधील बुटांचा स्टँड पाडून दिला. कारण मला घरातील बुटांच्या तळव्या वरील नक्षी बघायचे होते. परंतू ते नक्षी गुरुजींच्या बुटावरील नव्हते. गुरुजींवरील संशय माझा कमी झाला होता.

आता शिल्लक होता तो तुमचा साला. मी सारख्याच रंगाचे कपडे खरेदी करून सनीला भेटण्यास तुमच्या सोबत हॉस्पिटलमध्ये गेलो. तिथे कपड्यांचा रंग बघून सनीच्या चेहऱ्यावरचा रंग उतरलेला दिसला. त्याच्या हातांचा थरकाप होऊ लागला होता. याचा अर्थ खिडकीतील फाटलेला कापडाचा तुकडा हा सनीच्या शर्टचाच होता. त्याच्या बेडच्या बाजुला अस्ताव्यस्त पडलेले बुट मी सरळ केले तेव्हा मी त्याच्या तळव्यावरील नक्षी बघितल्या. त्याच नक्षी खिडकीच्या खाली तुमच्या परसबागेत होत्या. माझा संशय खरा ठरला होता. चोरी करणारा हा सनीच होता. दूसरी गोष्ट म्हणजे मी खाली वाकून त्याचा बुट सरळ करत होतो तेव्हा बेडखाली मला हिऱ्यांची रिकामी पेटी दिसली. मला माहित होते की ह्यात हिरे नक्कीच नसणार. त्याच्या बुटात मला एक चिठ्ठी मिळाली ती मी खिशात ठेवली. त्याच्या उशाला ठेवलेली त्याची हॉस्पिटलची फाईल देखील मी वाचली. त्याचा इसीजी रिपोर्ट देखील मी बघितला. परंतु एकही रिपोर्ट त्याचा अबनॉर्मल नव्हता. म्हणजे त्याला हृदयाचा कुठलाच त्रास नव्हता. मुद्दामहून तो कार्यक्रमाच्या एक दिवस आधी आजारपणाचे नाटक करुण हॉस्पिटलमध्ये भरती झाला. कारण चोरीचा आरोप त्यावर येऊ नये. सनीला दिलेल्या शर्टवरून त्याला आपल्यावर संशय आलेला होता. त्यामुळे तो ती पेटी लपण्याकरता काहीणाकाही प्रयत्न करणार होता. म्हणून मी विमानाने बाहेरगावी चाललोय असे खोटे सांगून तेथून निघालो परंतू कुठेही न जाता तिथेच हॉस्पिटलच्या बाहेर निरीक्षण करत थांबलो. आणि नंतर साठेंनाही मी सोबत थांबवून घेतले. रात्री पेटी घेऊन जाणाऱ्या नारायणला आम्ही पकडले. परंतू सगळा आरोप गुरुजींवर लावून ते दोघे त्यातून निसटले.

दुसऱ्या दिवशी आम्ही इथे येऊन तुमची चौकशी केली. साठेंनी तर तुम्हाला आरोपी म्हणून घोषीत देखील केले. गुरुजींनी दिलेल्या औषधांच्या पुड्यांचा विषय ऐकूनच घडलेला सर्व प्रकार माझ्या लक्षात आला.

प्लॅन तर खरा सनीचा होता. त्याने त्यात नारायणला सामिल करून घेतले. साठेंनी मागावलेले हिरे जर लवकर आले असते आणि नारायणने टोपी लवकर साठेंना दिली असती तर साठेंनी तिला मौल्यवान हिरे लावून मानेंना देऊन टाकली असती. म्हणून नारायण साठेंना लवकर टोपी बनवून देत नव्हता. जेव्हा साठेंनी नारायणला सांगितले की डायमंड कंपनी उशीरा सामान देतेय तेव्हा त्याच्या लक्षात आले की हिरे उशीरा येणार आहे. आता टोपी दिली तरी काही अडचण नाही.

कारण साठे तर फक्त रिकामी टोपी मानेंना देऊ शकणार नाही. म्हणून नारायणने टोपी त्याच दिवशी साठेंना देऊन टाकली. हिरे केव्हा येणार आहेत हे नारायणननेच सनीला सांगितले आणि त्यांने त्याच्या बहिणीला. आणि त्यांनी तिघांनी हिरे येतील त्याच दिवशी घरात कार्यक्रम करायचे ठरविले. आणि तुमच्या बायकोने तुमच्या बायकोने तुमच्या मागे कार्यक्रम ठेवण्याचा तगादा लावला. आणि तुम्ही तो मान्यही केला.

तुमचा संशय मोरे गुरुजींवर जावा म्हणून मानेंनी तुम्हाला मौल्यवान हिऱ्यांची ऑर्डर दिली ही गोपनीय गोष्ट सांगीतली. कार्यक्रमाच्या दिवशी साठेंच्या पत्नीने गुरुंजीच्या जेवणात औषधी मिसळल्या त्यामुळे गुरुजींची तब्बेत बिघाडली आणि तुम्ही गुरुजींना तुमच्या शयनकक्षेत नेऊन झोपवले. तेव्हाच खिडकीतून सनी वर आला. त्याने क्लोरोफॉम गुरुजींच्या तोंडावर मारले आणि लॉकर मधून हिरे घेऊन खिडकीतून परसबागेत उतरला. थोड्यावेळाने उठल्यानंतर क्लोरो फॉम मुळे गुरुजींचे अजूनच डोके दुखण्यास सुरवात झाली आणि गुरुजी घरी जाण्यास निघाले. तेव्हाच रस्त्यात त्यांना थांबवून सनीने त्यांना दोन औषधाच्या पुड्या दिल्या. एका पुड्यात सनीने हिरे भरले होते तर दुसऱ्या पुड्यात औषधी वनस्पती. आणि ज्यात हिरे होते त्या पुड्यावर नारायणचा नंबर डॉक्टर म्हणून लिहला. म्हणजे गुरुजी जेव्हा नारायणला डॉक्टर समजून कॉल करतील तेव्हा नारायणला संकेत मिळेल कि हिरे सनीने चोरून गुरूजी पर्यंत पोहचवले आहे. आणि त्याच वेळेस नारायणने रात्री गुरुजींच्या गच्चीवर चुपचाप चढून त्याचा नंबर असलेली पुडी पळवली आणि हिऱ्यांच्या तस्करास काहीतरी किमतीत विकली. त्याने पैसे घेण्यासाठी कोणत्या पत्यावर यायचे हे एका चिठ्ठीवर लिहून नारायण कडे ती दिली आणि हिरे घेऊन पसार झाला. तिच चिठ्ठी नारायणने सनीकडे आणून दिली परंतू त्या पत्याचा काही अर्थ सनीला लागेना म्हणून त्याने अनेक वेळेस ती चिठ्ठी चुरगळली आणि शेवटी बुटात लपवून ठेवली. तिच चिठ्ठी मी सनीच्या बुट मधून काढली होती. आणि बराच वेळ त्या चिठ्ठीवरील मजकुराचा विचार केला.

चिठ्ठीवर मजकूर होता ..

सगळ्यांत मोठे माझे गाव,
माकडांचा तिथे असतो ठाव,
म्हणून त्याला ठेवतात नाव,
ये जा करणाऱ्यांचा खूप मज्जाव,
सौभाग्याला तिथे आहे खूपच भाव.

सगळ्यात मोठे गाव म्हटल्यास मी भारतातील अनेक मोठमोठ्या शहरांचे नाव आठवू लागलो. परंतू नेमके कोणते असेल ते कळेना. नंतर दुसऱ्या ओळीकडे लक्ष दिले. मोठ्या गावात माकडे म्हणजे? बराच वेळ माकडांचा विचार केला तेव्हा मी तिन्ही भाषेत माकड शब्द उच्चारून बघितला मंकी, माकड आणि बंदर. हिंदीतल्या बंदराने मात्र माझ्या डोक्यात प्रकाश पाडला. बंदर म्हणजेच जेथे मोठ मोठे जहाज बनविले जातात. आणि देशातील बराच व्यापार समुद्रामार्गे बंदारावरून होतो. आता मी ज्या मोठ्या शहरात बंदर आहे अशी शहरे शोधू लागलो. तशी तर अनेक मोठी शहरे समुद्रकाठी वसलेली दिसली परंतु मतकुरात सर्वात मोठे असा उल्लेख होता म्हणून माझी नजर स्थिरावली ती मुंबई शहरावर.

' म्हणून त्याला ठेवतात नाव'

बराच विचार केल्यानंतर कळाले कि इथे नाव चा अर्थ म्हणजे जहाज आहे. बंदरावरती सगळे जहाजच असतात. आणि येणाऱ्या जाणाऱ्या लोकांचा शिरकाव तर असतोच बंदरावर.

'सौभाग्याला तिथे असतो भाव'

या ओळीकडे थोडा वेळ लक्ष दिल्यावर समजले कि सौभाग्याच लेण म्हणजे स्त्रियांनी कपाळावर लावलेला कुंकू. आणि कुंकांचा रंग हा लाल असतो. म्हणजेच मुंबई बंदरावर कुठेतरी लाल रंगाचे घर, कारखाना,हॉटेल किंवा इमारत असणार आणि त्यांनी सनीला हिऱ्यांचे पैसे घेण्यास तिथेच बोलवले असणार. म्हणून तिथे जाण्याचा मी निर्धार केला आणि मुंबईला गेलो. तिथेच रस्त्यात राधाची भेट झाली. तेथुन मी स्टिफन ह्या मुंबईतील सर्वांत मोठ्या बंदरावर गेलो तेथील हॉटेलमध्ये नाष्टा करताना माझे ध्यान माझ्या पाठीमागे बसलेल्या काही व्यक्तींवर गेले. ते वेगळ्या भाषेत बोलत होते. परंतु त्यांची भाषा मला समजत होती. त्यातील एक माणूस मुख्य व्यक्ती वाटत होता. आणि नुकत्याच मिळालेल्या हिऱ्यामुळे तो अतिशय आनंदीत होता. ते हिरे त्याने त्या लाल इमारतीत ठेवलेले आहे असे तो सांगत होता. आणि राठोड नावाचा कुणीतरी तिथे त्याचा विश्वासू आहे असे त्याने सांगितले.

तेथेच माझ्या डोक्यात वेगळा प्लॅनिंग तयार झाला आणि मला तो प्लॅनिंग पूर्णत्वास नेण्यासाठी राधाची खूपच मदत झाली आणि तिच्या मुळेच मी तुमचे हे हिरे माघारी आणू शकलो.

साठेंनाच नव्हे तर घरातील सर्वांनाच खऱ्या प्रकरणाचा उलगडा झाला होता. साठेंनी त्या हिऱ्यांमधील अर्धे हिरे संभाला दिले आणि त्याचे आभार व्यक्त केले. गुरुजींची मनापासून माफी मागितली आणि ते निघून गेले. साठेंनी दिलेल्या

अर्ध्या हिऱ्यांमधून संभाने निम्मे हिरे राधाला देत म्हणाला

"राधा. हे तुला असेच नाही देत आहे. तु केलेली मदत ह्यापेक्षाही खूप मोठी आहे. तुझ्या कामाचा हा मोबदला समजून राहूदे ."

संभाने अनेक वेळ समजावून देखील राधा ते हिरे स्विकार करेना तेव्हा संभाने तीचा हातात आपल्या हातात पकडून तिच्या हातावर हिरे ठेऊन म्हणाला

" राधा मोबादला म्हणून नसेल ठेवायचे तर माझ्याकडून भेट आहे असे समजून ठेव."

आता मात्र राधाने ते स्विकार केले आणि लाजतच संभाच्या हातातून हात सोडवून घेतला.

संभाने गुरुजींना आरोण्याची काळजी घेण्यास सांगितले आणि सर्वांचा निरोप घेतला व घराबाहेर पडला. जड पावलांनी चालत तो पुढे जात होता काहीसा विचार करून त्याने मागे बघितले. दूर त्या दरवाजात राधाची ती सुंदर मुर्ती त्याला प्रतिसाद घालताना दिसली. त्याने मंद स्मित केले आणि ती मूर्ती मनात साठवून निघून गेला.

राधा अजूनही दरवाजात उभी राहून दुरवर जाणाऱ्या संभाला डोळे भरून बघत होती. तिच्या डोळयांसमोर संभाची आकृती आता अंधूक झाली होती. परंतू तिच्या मनातील गाभाऱ्यात " राधा काळजी घे" म्हणणारा तो संभा अजुनही स्पष्ट दिसत होता.

3

रिंचोस्टाईलीश

आज सकाळपासुनच पावसाने चांगलाच जोर धरलेला होता. सरीवर सरी बेधुंद होऊन कोसळत होत्या. सुर्यकिरणांना देखील आज धरणीमातेचे दर्शन झालेले नव्हते. पक्षी घरट्यातच उपाशी कुडकुडत बसलेले होते. पावसाच्या सततधारेने त्यांच्या अन्नावर पाणी फेरले होते. प्राणी देखील आडोसा मिळेल तिथे आश्रयाला जाऊन उभे होते. नदी नाले ओसांडून वाहत होते. पर्वत माथ्यांवर कोसळणारे पाणी धबधबा होऊन खोलवर दरीत कोसळत होते. त्या प्रचंड वेगाने पडणाऱ्या पाण्याचा खळखळाट दुरपर्यंत ऐकु येत होता.

गच्चीवरील छताखाली खुर्चीत संभा बसलेला होता. डाव्या हातात रसायन शास्त्राचे पुस्तक तर उजव्या हातातील दोन बोटांत नुकतीच पेटवलेली सिगारेट होती. पुस्तक वाचण्यात संभा तल्लीन झाला होता. हातातील सिगारेटकडे देखील त्याचे पुरेसे ध्यान नव्हते. अलगद आलेल्या थंड हवेच्या मंद झोताने त्याचे ध्यान थोडेसे विचलीत होत होते. आणि मग हातातील सिगारेट हळूच ओठांकडे सरकत होती. वाचत असतानाच संभाचे लक्ष कसल्यातरी आवाजाकडे वेधले गेले. थोडा वेळ किंचीतसे थांबुन त्याने पुन्हा वाचन सुरु ठेवले.

थोड्यावेळाने एक कार अंगणात येऊन उभी राहिली. सुटाबुटातील एक इसम गाडीतुन खाली उतरला. समोर दरवाजा उघडा दिसल्यामुळे कसलाही विचार न करता तो घरात गेला. त्याची घाबरलेली पाणीदार नजर घरात कुणी दिसतेय का याचा शोध घेत होती. खाली घरात कुणीच न दिसल्यामुळे तो जिन्याने गच्चीवर गेला. समोरच खुर्चीत एक पाठमोरी आकृती मान खाली घालुन पुस्तक वाचण्यात तल्लीन होती. शेजारील खुर्चीवर ठेवलेले पुस्तक मांडीवर घेऊन ती रिकामी खुर्ची पुढे सरकवत मागे न बघता संभा म्हणाला,

"या बहादुर इनस्पेक्टर राठोड.आपले स्वागत आहे."

इनस्पेक्टर राठोड जागीच खिळुन अवाक् होऊन उभे राहिले. आपल्याला न बघताच संभाने कसे काय ओळखले? हा प्रश्न राठोडच्या मनात वादळ निर्माण करू लागला. हाताच्या इशाराने राठोडांना आपल्याकडे बोलवत संभा म्हणाला,

"इनस्पेक्टर राठोड या बसा. खुर्चीवर स्थानापन्न व्हा. आपल्या मनात निर्माण झालेलं वादळ देखील आपण शमवु."

इनस्पेक्टर राठोड खुर्चीवर येऊन बसले. संभाने इनस्पेक्टर राठोडांकडे एक नजर टाकली आणि पुन्हा पुस्तकात डोकं घातले. इनस्पेक्टर राठोड संभाकडे बघत म्हणाले,

"संभा सर,इतर वेळेस मला फक्त इनस्पेक्टर राठोड नावाने बोलवता,आज बहादूर ही उपाधी का दिली? कृपया कळेल का?"

पुस्तकामध्येच बघत संभा म्हणाला,

"इतर वेळेस खुनी आणि चोरांसोबत लढणारा व्यक्ती आज हत्तीचा सामना करून आला असेल तर त्यास बहादुर म्हणण्यास काय वावगं आहे, इनस्पेक्टर साहेब?"

इनस्पेक्टर राठोडांना आश्चर्याचा धक्काच बसला. डोळे विस्फारून तोंडाचा आ करून इनस्पेक्टर राठोड म्हणाले,

"इकडे येताना रस्त्यात मला हत्तीचा सामना करावा लागला. हे खरंच आहे. परंतु तुम्ही हे कसे ओळखले?"

इनस्पेक्टरांकडे बघत संभा म्हणाला,

"तुम्ही इकडे येताना तुमच्या कारचा सायरन बंद केलेला होता. जेव्हा अचानक तुम्ही समोर हत्ती बघितला तेव्हा त्याला रस्त्यातून हकलविण्याकरता सायरन चालु केला. तेव्हा तो आवाज मी ऐकला होता. सायरनच्या आवाजावरून कुणीतरी इनस्पेक्टर आपल्याकडे येत असल्याचे मला समजले होते."

"माफ करा संभा सर मी तुमचे बोलने मध्येच थांबवतोय. परंतु माझ्यावर हत्तीनेच हल्ला केला हे तुम्ही कसे ओळखले? कारण रस्ता जंगलाचा आहे, दुसरे प्राणी देखील हल्ला करू शकतात."

"राठोड साहेब तुम्ही ज्या ठिकाणी थांबुन गाडीचा सायरन चालु केला त्या प्रदेशात हत्ती आढळुन येण्याचे प्रमाण जास्त आहे. वाघ,सिंह किंवा लांडगा यांसारख्या प्राण्यांसाठी गाडी उभी करण्याची गरज कधी पडत नाही. आणि या प्राण्यांनी दिलेल्या धडकेमुळे गाडीचा दरवाजा वाकत नाही."

इनस्पेक्टर राठोड शब्द ना शब्द लक्ष देऊन बारकाईने ऐकत होते.

"एवढेच नव्हे राठोड साहेब. माझ्या निरीक्षणानुसार त्या हत्तीने गाडीच्या उजव्या बाजुने ड्रायवर साईडच्या दरवाज्यावर धडक मारली आहे."

आता मात्र राठोडांना आश्चर्याचा धक्काच बसला. ते विस्मयाने बोलुन देखील गेले,

"हो अगदी बरोबर. हत्तीने मी बसलेल्या बाजुनेच धडक मारली. पण हे अनुमान तुम्ही कसे लावले?

"हत्तीने उजव्या दरवाजावर दिलेल्या धडकेमुळे त्या दरवाजाची काच देखील फुटली आणि त्या काचेचे काही तुकडे उडुन तुमच्या उजव्या गालावर आणि कानावर लागलेत. त्याचे ताजे घाव तुमच्या कानावर आणि डोळ्याच्या खाली उजव्या गालावरती आहेत. कार अंगणात उभी केल्यानंतर मी बघीतले की तुम्ही कारच्या खाली उतरताना ड्रायवर बाजुने न उतरता डाव्या बाजूने खाली उतरलात. आणि उजव्या बाजुला हत्तीने दिलेल्या धडकेने दरवाजा जरासा आत गेलेला दिसतोय आणि काच देखील फुटलेली आहे. त्यावरून लक्षात येते कि हत्तीने उजव्या बाजूने धडक दिलेली आहे. त्याचमुळे दरवाजा देखील लॉक झालेला आहे. आणि त्यामुळे तुम्ही उजव्या बाजूने न उतरता डाव्या बाजूने उतरलात."

इनस्पेक्टर राठोडांना संभाच्या निरीक्षणाबद्दल कुतुहल वाटु लागले होते.

"हे सर्व अगदी तंतोतत सांगितले तुम्ही संभा सर. परंतु एवढ्या अंतरावरती आणि पाऊस चालु असल्यामुळे तुम्हाला माझा चेहरा नक्कीच दिसला नसणार. मग तुम्ही मला न बघताच कसे काय ओळखले?”

संभाने इनस्पेक्टरांकडे बघुन एक स्मित केले आणि सांगु लागला,

"राठोड साहेब कोणताही अनोळखी माणुस घरात जाण्याअगोदर घरात कुणी आहे का याची खात्री करून घेतो आणि मगच आत प्रवेश करतो. परंतु तुम्ही बिनधास्त आत मध्ये आले. मी खाली नसल्यास गच्चीवर बसलेला असतो हे फक्त तुम्हीच चांगल्याप्रकारे जाणुन आहात. त्यामुळे वरती तुम्हीच येऊ शकता याची मला खात्री होती. आणि तुमच्या भरभक्कम पायांनी पटपट चालण्यामुळे होणारा आवाज माझ्या काणांनी तेव्हाच हेरला होता. त्यामुळे तुमचा चेहरा न बघताच मी ओळखले की माझ्या मागे उभा असलेला इसम इनस्पेक्टर राठोड आहे."

इन्स्पेक्टर राठोड यांना संभाच्या तर्कशास्त्राचा नेहमीप्रमाणेच अभिमान वाटला.

"संभा सर तुमच्या ह्या तर्कशास्त्राच्या अद्‌भुतपुर्व ज्ञानावर मला नेहमीच गर्व वाटत आलेला आहे. त्याचमुळे माझ्यापुढे जेव्हा एखादे न उमगडणारे कोडं पडते

त्यावेळेस मला सर्वप्रथम आठवतात ते फक्त तुम्हीच."

"धन्यवाद राठोड साहेब. मी सुद्धा नेहमीच तुमची मदत करण्यास तत्पर आहे. जी काही अडचण असेल ती निसंकोचपणे सविस्तर सांगा."

सर दोन दिवसांपुर्वीच मला मंदाकिनीचा निरोप मिळाला.

“राठोड मला तुझ्याशी एका महत्त्वपुर्ण विषयावर चर्चा करायची आहे. कृपया नाही म्हणु नकोस.”

निश्चितच महत्त्वाच्या विषयावर काही तरी बोलायचे असेल असा विचार मी केला. आणि त्याला भेटण्यासाठी हो म्हणालो.

इंस्पेक्टर राठोंडांचे बोलने मधेच थांबवत संभा म्हणाला,

"राठोडजी, तुमच्या कहाणीचा निष्कर्ष जर मला शोधायचा असेल, तर मला कहणीच्या मुळापर्यंत पोहचावे लागेल. तिथपर्यंत पोहचण्यासाठी मला तुमचे हे मंदाकिनी प्रकरण पुर्णपणे समजुन घ्यावे लागेल. त्यामुळे तुम्ही ह्या प्रकरणातील सर्व गोष्टी सांगण्याचा प्रयत्न करा.

"ठिक आहे संभा सर, मंदाकिनी हे माझे कॉलेजचे प्रकरण आहे. त्यामुळे मला सुरुवात देखील कॉलेज पासुनच करावी लागेल. आमचे कुटुंब हे सर्वसामान्य कुटुंब होते. पारिस्थिती अगदी जेमतेम आणि नाजुक होती. मॅट्रिक नंतर मी शाळा सोडून कुठेतरी नोकरी करावी आणि घराला हातभार लावावा अशी माझ्या वडिलांची अपेक्षा होती. परंतु पुढे मी शिकावे ही माझ्या आईची आणि माझी प्रबळ इच्छा होती. आमच्या दोघांच्या इच्छेपुढे बाबांचे प्रयत्न निष्फळ ठरले. आणि आग्र्यातील एलिफेस्टांईन महाविद्यालयात मी प्रवेश घेतला. एलिफिंस्टाईन महाविद्यालय म्हटलं तर हे अगदी नावाजलेले विद्यालय आहे. भरभक्कम वाढीव प्रवेश शुल्कामुळे सर्वसामान्य विद्यार्थी त्या महाविद्यालयापासुन दोन हात दुरच असतात. गुणवत्ता यादीत माझे नाव आल्यामुळे मला तिथे प्रवेश मिळाला होता.

साधे परंतु साफ सुथरे कपडे घालुन मी महाविद्यालयात जात होतो. दहावीपर्यंत विद्यालयात असताना सुट्टीच्या वेळेत गप्पा,गाणी,कबड्डी आणि चेंडुफळी यांसारखे अनेक खेळ खेळायचो. परंतु इथे तर मला वेगळेच चित्र बघावयास मिळाले. प्रत्येक मुलासोबत इथे एक दोन मुली हमखास गप्पा मारताना दिसायच्या. ते पण एकमेकांच्या गळयात हात घालुन आणि अगदी चिकटुन बसुन. मला तर सुरुवातीला ह्या गोष्टींचे आश्चर्यच वाटायचे. आणि कधीकधी रागही यायचा. परंतु ह्या गोष्टींकडे दुर्लक्ष करून मी अभ्यासाकडे जास्त लक्ष द्यायचो.

एकदा सकाळी जीवशास्त्राच्या तासाला जात असताना वर्गाच्या दरवाजातच मला एक दप्तराची पिशवी पडलेली दिसली. ये जा करणाऱ्यांचा पाय दप्तराला लागु नये म्हणुन ती पिशवी दरवाजातुन बाजुला ठेवण्याकरता मी ती पिशवी हातात उचलली.इतक्यात समोरून एक करडा आवाज आला.

"ए मुर्खा. कुणाची बॅग उचललीस याची अक्कल आहे का तुला? वेळ घालवु नकोस. चल आण बॅग लवकर इकडे."

शहरात मुले रॅगिंग करतात एवढेसे काय ते मला माहिती होते. परंतु अन्याय केव्हाच सहन करायचा नाही हे मला चांगलेच ठाऊक होते. मी पण न घाबरता ती पिशवी त्याकडे घेऊन गेलो आणि त्याला देत म्हणालो.

"जर तुला बॅग संभाळता येत नसेल तर आणतो कशाला?"

त्याने रागातच पिशवी माझ्याकडून हिसकावुन घेतली आणि पुन्हा दरवाजामध्ये फेकली. मी त्याकडे दुर्लक्ष केले आणि बाजुला असलेल्या बाकावर बसु लागलो. तसा तो पुन्हा माझ्याकडे बघुन ओरडला,

"ये शहाण्या तुला बसायला कुणी सांगितले? चल जा ती बॅग घेवुन ये."

त्याच्या बाजुला उभे असलेले त्याचे मित्र त्याच्याशी टाळ्या घेऊन फिदीफिदी हसु लागले." व्वा सुशील भाऊ व्वा. अशीच शिक्षा द्या ह्या मुर्खास." असे म्हणत त्याचा आत्मविश्वास वाढवु लागले. माझा राग मात्र आता अनावर झाला होता. मी रागातच कडाडुन म्हणालो,

"ये शहाण्या चल निघ. तुझ्या बापाचा नोकर नाही मी. तुझ्या आजुबाजुला ही कुत्री आहेत ना त्यांना सांग बॅग आणण्यास."

एवढे ऐकल्यास सुशीलचा पारा जास्तच चढला. आणि तो माझ्या अंगावर धावुन आला. यासोबतच त्याच्या अवतीभोवती असलेली कुत्रे सुद्धा माझ्याच दिशेने धावत आली. मी पण न डगमगता पाय रोवून उभे राहिलो. सुशीलने माझी कॉलर धरली आणि मारणार एवढ्यात पाठीमागच्या बाकावरून एक जोरदार आवाज आला,

"सुश्या फोकणीच्या, सोड त्याला. आणि बाजूला हो.नाहीतर गाठ आपल्याशी आहे."

त्या धारदार आवाजाने सुशीलचा मला मारण्यासाठी उठलेला हात वरच्यावरच थंडावला. आणि कॉलर पकडलेल्या हाताची पकड कमी झाली. मी पण त्याचक्षणी त्याचा हात झटकुन बाजुला केला. सुशीलच्या आजुबाजूस असलेल्या कुत्र्यांच्या भुकण्याचा आवाज केव्हाच बंद झाला होता. मला मदत करणारा तो आवाज कुणाचा होता हे बघण्यासाठी मी पाठीमागच्या त्या बाकाकडे बघितले. एक

उंचापुरा धिप्पाड, खांद्यापर्यंत रुळणारे केस, मोठे आणि भेदक डोळे असलेला एक गौरवर्णीय मुलगा हसतमुख करून माझ्याकडेच बघत होता. त्याच्याकडे बघुन मी देखील माझा राग तात्काळ विसरून गेलो. त्याने हसतच मला त्याच्याकडे येण्याचा इशारा दिला. तसे बाकावर ठेवलेली माझी बॅग उचलुन मी त्याच्याकडे गेलो. मैत्रीचा हात त्याच्याकडे करत माझी ओळख करून देत म्हणालो,

"मी राठोड. संजय राठोड."

त्यावर तो माझ्या हातात हात देत म्हणाला,

"आय अम केत्या. मिन्स केतन कुमार."

केतनने त्याच्या बाजुला बसलेल्या एका मुलाकडे कटाक्ष टाकला आणि त्याला म्हणाला,

"ये चिरकुट चल तिकडे सरक जरा. बसुदे आपल्या दोस्ताला."

आणि माझ्याकडे बघुन बाकावर बसण्याचा इशारा केला. मी बाकावर बसत असतानाच त्याला प्रश्न केला,

"हा सुश्या आहे तरी कोण?"

"अरे यार सोड त्याचा विषय. बिघडी हुई बाप की बिघडी हुई औलाद आहे तो. पण तु काही घाबरु नकोस. धडधडत्या ज्वाळेचा, घोंघावणाऱ्या वाऱ्याचा, उसळणाऱ्या लाटांचा आणि केत्याच्या दोस्तांचा नाद कुणीच करत नाही."

मी हसूनच केतनच्या पाठीवर थाप मारत म्हणालो,

"व्वा केत्या शेर माणुस आहेस तु"

हसणाऱ्या केतनच्या चेहऱ्यावरील भाव क्षणांत मावळला. तो रागाने माझ्याकडे बघु लागला. तसा मी पण जरा कावरा बावरा झालो आणि त्याच्याकडे बघुन म्हणालो,

"माफ कर दोस्ता. केत्या नाही केतन. चुकुन बोललो."

थोडा वेळ तसेच तटस्थ राहून तो माझ्या बिथरलेल्या चेहऱ्याकडे रागाने बघत राहिला. आणि अचानक हसुन म्हणाला,

"मजाक केली सुश्या. आजपासुन आपल्याला केतन नाही केत्याच बोलायचं"

त्याला वाईट वाटले नाही हे बघुन मला देखील आनंद झाला. आणि आम्ही दोघेही एकमेकांसोबत टाळी घेऊन मनमुराद हसलो. त्या दिवसापासुन केतन माझा जीवलग मित्र बनला होता. तर सुशील शत्रु. त्यानंतर सगळ्याच गोष्टींमध्ये आमची चढाओढ चालत असे.

महाविद्यालय सुरू होऊन जेमतेम पंधरा दिवस झाली असावीत.एके दिवशी सकाळी उठण्यास वेळ झाल्यामुळे महाविद्यालयात जाण्यास देखील मला उशीर

झाला होता. तासाला वेळेत उपलब्ध होण्यासाठी मी उतावीळ घोड्याप्रमाणे जोरजोरात सायकल पळवत होतो. रस्त्यात येणारे खड्डे, गतिरोधक आणि वळणे पटापट मागे जात होते. ते सर्व काही अंतर पार करून मी महाविद्यालयाच्या प्रांगणात पोहचलो होतो. आता अगदी थोडेसेच अंतर राहिलेले होते इतक्यात समोरून एक लाल रंगाची स्कुटी रस्त्याची लांबी रुंदी मोजत माझ्या दिशेने आली. काही कळण्याच्या आतच माझ्या साईकलला जोरदार धक्का दिला. माझा तोल गेल्यामुळे मी धरणेमातेचे दर्शन घेत खाली पडलो होतो. साईकल माझ्यापासुन काहीशा अंतरावरती अस्थाव्यस्थ होऊन पडली होती. तोल सावरत ती लालपरी थोड्याश्या अंतरावर जावुन उभी राहिली होती. मला चांगलेच लागलेले असल्यामुळे माझा राग अनावर झाला होता. मी कसेबसे उठुन लंगडतच तिच्या दिशेने चालु लागलो.

"ये मुर्ख मुली. तुला काही अक्कल आहे का? गाडी चालवता येत नाही तर उगाच शाईनींग कशाला मारतेस?"

मी रागाने ओरडुनच तीला बोलत होतो. तिने घाबरतच तिच्या मागे बसलेल्या तिच्या मैत्रीनीला खाली उतरण्यास सांगितले. तिने गाडी स्टँडवर उभी केली. माझ्याकडे बघत म्हणाली,

"माफ करा. मी नवीनच गाडी शिकलेली आहे. त्यामुळे ही चुक माझ्याकडुन घडली."

मी तिचे काहीही ऐकून घेण्यास तयार नव्हतो. अजुनही तिच्या दिशेने जात तिला ओरडत होतो. ती अतिशय घाबरली होती. भितभितच तिने हेम्लेट काढले. आणि माझ्याकडे बघत हात जोडुन माफी मागु लागली. तिला बघताच क्षणी माझा राग कुठच्या कुठे पळाला होता. हेल्मेटमध्ये सापासारखे वेटोळे घालून बसलेले तिचे केस हेल्मेट काढल्यानंतर पक्षांचा थवा उडावा त्याप्रमाणे मंदपणे हवेच्या झोताबरोबर हवेत उडु लागले होते. तिचे पाणीदार डोळे तिच्या हळव्या हृदयाचा ठाव घेत होते. वेगवेगळ्या भावनांसोबतच तिच्या चेहऱ्याची ती सुंदर आकृती चित्रकाराने रेखाटलेल्या वेगवेगळ्या मनमोहक छटांप्रमाणे बदलत होती. तिचे नाजुक हात माफी मागण्यासाठी जेव्हा एकमेकांजवळ येत होते तेव्हा जणु कमळाच्या विखुरलेल्या पाकळ्या जवळ येऊन सुंदरसे ब्रम्हकमळ बनल्याचा भास होत होता. तिचे पुटपुटणारे ओठ मधाळ रसवंतीच वाटत होते. माझ्या तोंडातील शब्द तिच्या सौंदर्याच्या प्रकाशामुळे तोंडातल्या तोंडात विरघळुन जात होते. ती पुढे हात जोडून काय म्हणत होती हे देखील माझ्या कानापर्यंत पोहचत नव्हते. माझे डोळे फक्त तिच्या चेहऱ्यावर उमटणारे वेगवेगळे भाव बघण्यात दंग होते..

माझ्या क्रोधाग्नीच्या घोड्यावर आता शितलतेचा स्वार विराजमान झाला होता. मला जास्त काहीच लागले नाही असा उगाच आव आणत मी तिला म्हणालो,

"ठिक आहे. मला काही जास्त दुखापत झालेली नाही. काळजीचे काही कारण नाही. तु नवीनच गाडी चालविण्याचे शिकते आहेस, त्यामुळे ही चुक तु काही जाणीवपूर्वक केलेली नाहीस. आता तु माफी मागु नकोस."

ती अजुनही गोंधाळलेलीच होती. कापऱ्या स्वरात ती म्हणाली,

"नक्की तुम्हाला जास्त नाही ना लागलयं?"

"नाही. मला जास्त काही लागलेले नाही."

म्हणत मी माझी अस्थाव्यस्थ पडलेली सायकल कशीबशी उभी केली. ती अजुनही काळजीच्या चेहऱ्याने माझ्याकडेच बघत होती. ती पुन्हा तब्बेती बद्दल विचारणार एवढ्यात मीच तिला म्हणालो.

"निघतो मी. मला लेक्चरला जाण्यास उशीर झालेला आहे."

"काळजी घ्या "

म्हणत तिनेही पाठमोरे वळण घेतले आणि चालु लागणार एवढ्यात मी म्हणालो,

"मला अहो काहो नको करूस. आय ॲम संजय राठोड. मला संजय म्हणाली तरी चालेल."

मागे वळून चेहऱ्यावर किंचितसे हास्य आणुन होकार दर्शक मान हलवत ती कोमल स्वरात म्हणाली,

"आय ॲम मंदाकिनी. तु ही मला माझ्या नावाने बोलावु शकतोस."

मी पन थोडेसे हसतमुख करून होकार अर्थी मान हलवली. पुन्हा एकदा ती काळजीच्या स्वरात

"टेक केअर. बाय "

म्हणाली, आणि समोर उभ्या असलेल्या तिच्या गाडीच्या दिशेने ती चालती झाली. माझी नजर अजुनही तिच्या पाठमोऱ्या आकृतीकडे खिळूनच होती. ती नजरेआड होऊच नये असे जणु काही वाटु लागले होते. इतक्यात पाठीवर धप्पदिशी एक जोरदार थाप पडली.

"अरे मुर्खा, संज्या. तुला किती वेळच्या हाका मारतोय. लक्ष कुठे आहे तुझे?"

त्या जोरदार थापेने मी भानावर आलो, आणि मागे वळून बघितले तर केत्या उभा होता.

मी जरासे लाजुनच म्हणालो,

" कुठे नाही रे केत्या, तुझ्याकडेच आहे लक्ष."

" हो कळतंय ते. माझ्यापेक्षा त्या लालपरीकडे किती लक्ष आहे ते."

हसतच केत्या म्हणाला.

मी हसतच त्याच्याकडे दुर्लक्ष करून पाय लचकत सायकल ढकलवत पुढे निघालो.

" संज्या येड्या काय झाले पायाला तुझ्या ? आणि सायकलची एवढी दुरावस्था कुणी केली? त्या सुशाने केली का? सांग मला बघतोच त्या हरामखोराकडे.

" किती हायपर होशिल केत्या, किती प्रश्न विचारशील? सुशाने काही नाही केले."

" मग ?"

त्याने जाणून घेण्याच्या उत्कठेंने विचारले.

" तु ती लालपरी जाताने बघितलीस ना. तिच्याच नाजुक स्पर्शाने असे झाले."

" नाजुक स्पर्शाने की जोरदार धडकेने? आणि काय रे संज्या, एवढ्या काय प्रेमाने सांगु राहिला तु? नाजुक स्पर्श म्हणे. हाताखालुन नाही काढलीस का तिला ? "

" सुंदर फुलांना कुस्करायचं नसतं रे केतन. त्यांना प्रेमाने गोंजारायचं असतं."

मी हसुनच म्हणालो.

" हो आला मोठा शहाना, गोंजारनारा. चल आता उशीर होतोय लेक्चरला. नाहीतर मास्तर तुला गोंजारतील प्रेमाने."

सायकल माझ्याकडुन घेवुन त्याने प्रांगणात पार्किंगला लावली. आणि आम्ही दोघेही लेक्चरला जावून बसलो.

तासाच्या सुरुवातीला शिक्षक हजेरी घ्यायचे. कॉलेज सुरू होवुन नुकतीच दहा पंधरा दिवस झालेले होते. वर्गात अजुन दररोज वेगवेगळे चेहरे बघायला मिळायची. ह्या नवीन चेहऱ्यांची फारशी ओळख नसल्या कारणाने हजेरीच्या वेळेस शिक्षक पट क्रंमाक न उच्चारता नावानीशी हजेरी घ्यायचे.

" मंदाकिनी "

नाव ऐकताच माझे कान टवकारले. आपल्याला सकाळी भेटलेली लालपरी तर नाही ना? याची खात्री करण्याकरता माझी नजर हजेरी देणाऱ्या त्या मुलीकडे वळाली.

" अरे ही तर तिच आहे."

हर्षाने नकळत शब्द माझ्या तोंडातुन बाहेर पडले.

" कोण रे संज्या, सकाळी नाजुक स्पर्श केला तीच का?" केत्याने हसतच मला विचारले.

"हो रे तीच ".

मी एकदम उत्साहानेच म्हणालो. माझ्या चेहऱ्यावर आपोआपच आनंद कळ्या उमटु लागल्या होत्या.

" संज्या तुझे काही खरे दिसत नाही गड्या आता. तुझा आता दररोज अपघात होणार. बाहेर पण आणि वर्गात सुद्धा."

केतन खिदळून हसत माझ्यासोबत टाळी घेवुन म्हणाला.

जसे तिचे नाव ऐकल्यानंतर माझे कान टवकारले होते, तसे माझे नाव ऐकल्यावर तिनेही तिची नजर आमच्या कडे फिरवली. कदाचित तिलाही हेच बघायचे असेल की, हा 'संजय' सकाळी आपल्यासोबत झालेल्या आपघातातील तर नाही ना. 'एस सर' म्हणताना माझे लक्ष सरांकडे नसुन तिच्याकडेच होते. आमची पुन्हा एकदा नजरा नजर झाली. तिने एक छानसे स्मित करून समोर बघितले. तिच्या त्या सुंदर हास्याकडे बघुन माझ्या चेहऱ्यावर कधी हासु फुलले मलाही कळाले नाही.

काही दिवसात मंदाकिनीची आणि माझी चांगल्या प्रकारे ओळख झाली होती. मला तर पहिल्याच नजरेत तिच्यावर प्रेम झाले होते. पण बोलून दाखविण्याची हिम्मत होत नव्हती. ती माझ्याशी हसुन खेळून बोलायची, मनसोक्त गप्पा मारायची, मनातील सर्वच गोष्टी मला तासनतास ऐकवायची. परंतु ती माझ्यावर प्रेम करते की फक्त मैत्रीच हे मात्र माझ्यापुढे न उमगणारे कोडेच होते. मंदाकिनी माझ्याप्रमाणेच शेतकरी कुटुंबातील होती. तिला शेती बद्दल बरिचशी माहिती होती. नवनवीन झाडे, फुले, फळे, वेली यांविषयी माहिती गोळा करने हा तिचा छंद होता. त्यामुळे तिला पुढे देखील एग्रीकल्चर मधेच करिअर करायचे होते.

मी पण शेतकरी कुटुंबातील असल्यामुळे मला देखील शेतीविषयक बरीच माहिती होती आणि शेतीची आवड देखील होती. परंतु आईवडीलांनी जसे आयुष्यभर राबुन, काबाडकष्ट करून शेती केली, तसे मला करायचे नव्हते. माझे चुलते पोलिस खात्यात असल्यामुळे आणि मी त्यांच्या सहवासात जास्त असल्यामुळे मला पोलिस होण्याचे आकर्षण पहिल्यापासुनच होते. केत्याला रसायनशास्त्राची खुप आवड होती, परंतु आमच्यासोबत राहून गेल्या काही दिवसांपासुन झाडांफुलांबद्दलची त्याची उत्सुकता वाढु लागली होती.

माझ्याकडे असलेल्या प्रत्येक गोष्टीवर जळणारा सुशा मात्र प्रत्येक वेळेस आमच्या मागावर असायचा. मंदाकिनी माझ्याशी बोलते हे त्याला मुळीच खपत

नसे. मी किती चुकिचा किंवा वाईट आहे हे तो नेहमीच मंदाकिनीला पटवुन सांगत असे. तो तिला नेहमीच महागडे गिफ्ट देत असे. आणि ते स्विकारण्यासाठी तिला आग्रह करून मनावत असे. तु त्याच्याकडुन गिफ्ट घेवु नकोस किंवा सुशा सोबत बोलुच नको, असे सांगण्याचे कितीतरी वेळेस माझे मन होत असे. परंतु असे केल्याने कदाचित ती रागावणार तर नाही ना? असा विचार करून मी ते सांगण्याचे टाळत असे. मी नसताना मंदाकिनीला इंप्रेज करण्याची एकही वेळ सुशा गमावत नव्हता. ती देखील त्याच्याशी बोलताने कधी संकोचलेली किंवा नाराज दिसली नाही. ती सुशा सोबत बोलल्यानंतर मी तिच्याशी बोलने टाळायचो रागवायचो हे तिला देखील कळत होते. परंतु ती नुकतेच एक स्मित करून विषय बदलवुन टाकायची. किंवा कधी कधी न राहवुन जास्तच रागावलो तर " सुशांत माझा फक्त मित्र आहे." एवढे बोलुन ती निघुन जायची. तिच्या मनात नेमके काय आहे याचा वेध घेणे म्हणजे समुद्रात पडलेल्या सुईचा शोध घेण्याएवढे अवघड कोडे होते.

दिवसां मागे दिवस गेले. अकरावीचे वर्ष संपुन बारावीचे पेपर केव्हा तोंडावर येवुन ठेपले कळाले देखील नाही. माझे तुझ्यावर जीवापाड प्रेम आहे हे एवढया मागील दोन वर्षांमधे कितीदा मंदाकिनीला सांगण्याचा प्रयत्न केला असेल परंतु सांगण्याचे धाडस केव्हाच झाले नाही. धाडस करण्याचा प्रयत्न केला परंतु तिला ही गोष्ट आवडली नाही तर? आणि तिच्या मनात माझ्याविषयी काही गैरसमज निर्माण झाला तर ती मला कायमची दुर करेल. ही भिती विषारी सर्पासारखी मनाला डंख मारत असे. परंतु परिक्षा संपल्यानंतर पुन्हा कधी भेटु की नाही याची शाश्वती नसल्यामुळे शेवटच्या पेपरला तिला मनातील सर्व काही सांगुन टाकण्याचा मी पक्का निर्धार केला. तसेच ही गोष्ट मी एक दिवस अगोदर केतनला सांगितली. त्यावर तो म्हणाला की

“हे मी तुला गेल्या दोन वर्षांपासुन सांगतोय. परंतु ते तुझ्याकडुन काही शक्य झाले नाही आणि तु म्हणतोस खरा पण ते तुझ्याकडून आज देखील शक्य नाही संज्या”.

मी पण त्याच्या बोलण्याला सम्मती दर्शक मान हालवली. त्यावर तो म्हणाला,

"तुझ्यात नसेल धम्मक तर मी जावुन सांगतो तिला की संज्या तुझ्यावर प्रेम करतो."

हा पर्याय मला आवडला होता. कारण समोर तिला सांगण्याची हिम्मत माझ्यात मुळीच नव्हती. आणि त्याहीपेक्षा तिचा नकार ऐकण्याचे धैर्य माझ्यात अजीबात नव्हते. मी ती कामगीरी केत्यावर सोपवली. आणि सुटकेचा निश्वास टाकला.

मंदाकिनी काय उत्तर देईल? काय असेल तिची प्रतिकिया? लाजून हो म्हणेल की क्रोधाने धिक्कार करेल? माझी सहचारीणी होण्यास होईल का ति तयार? कि पुन्हा माझा चेहराच न बघण्याचा करेल ती निर्धार? अशा अनेक प्रश्नांच्या भोवऱ्यात माझे मन अडकुन पडले होते. मंदाकिनीचा विचार करता करता केव्हा रात्र संपुन सकाळ झाली मला कळले सुद्धा नाही.

दुसऱ्या दिवशी सकाळी एवढया प्रसन्नतेने उठलो कि रात्रीच्या जागरणाचा माझ्या चेहऱ्यावर मागमुस देखील नव्हता. इतर दिवशी पेपरला तीन तास वेळ पुरत नाही किमान पाच तासांचा तरी वेळ असावा अशी बोंब मारणारा मी. पण आज एकच तासाचा पेपर असावा असे मला वाटत होते. ते तीन तास देखील मला तीन दिवसांएवढे भासत होते. उत्तरे आठवतांना देखील मंदाकिनीचाच चेहरा डोळ्यांसमोर येत होता. कसेबसे एकदाचे ते तीन तास संपले. गुरुंजीकडे पेपर जमा करून घाईनेच वर्गाबाहेर पडलो. आणि केत्याच्या वर्गाबाहेर त्याची बाहेर येण्याची वाट बघु लागलो.

"पेपर कसा गेला"

केत्याने बाहेर पडताच मला प्रश्न केला.

" गेला रे गठ्यात केत्या. पेपर मरुदे तु मंदाकिनी कुठे आहे ते शोध आधी."

" ओके सुज्या काळजी नको करू विचारतो तिला मी."

असे बोलुन मंदाकिनीला शोधण्यासाठी केत्या महाविद्यालयाच्या फाटकाजवळ जावुन उभा राहिला. समोरून हातात प्रश्नपत्रिका बघत आणि त्यासंदर्भात मैत्रींनीशी चर्चा करत मंदाकिनी येत होती. केत्याने तिला आवाज देवून मैत्रीनींच्या घोळक्यातुन बाजुला बोलवले. आणि तो तिच्याशी बोलु लागला. मी तिच्या दृष्टीस पडणार नाही अशा पद्धतीने एका भिंतीच्या अडोशाला उभा होतो. एवढ्या दुरून मला फक्त तिचे हावभाव दिसत होते. मुलांच्या गोंधळामुळे आवाजाचा काहीच मेळ लागत नव्हता. परंतु तिच्या हावभावांवरून ति आनंदी असल्याचे संकेत दिसत नव्हते. तिच्या चेहऱ्यावर राग ओसंडुन वाहताना दिसत होता. चार पाच मिनटांच्या चर्चेनंतर शेवटी तिने केत्यासमोर हात जोडले आणि तेथुन निघुन गेली. मी आता केत्याकडे जावु लागलो होतो. परंतु हृदयाची धडधड इतकी वाढली होती की एवढ्या गोंधळातही प्रत्येक ठोक्यांचा आवाज माझ्या कानांपर्यंत स्पष्ट ऐकु येवु लागला होता. जड पावलांनी कसेबसे एकदाचे केत्याजवळ पोहोचलो. कंपणातील स्वरांनीच त्याला आवाज दिला परंतु त्याने काही माझ्याकडे बघितले नाही.

" केत्या "

म्हणुन त्याच्या पाठिवर धाप दिली तेव्हा त्याने माझ्याकडे बघितले. त्याच्या चिंताग्रस्त चेहऱ्याच्या हावभावावरूनच मंदाकिनीने काय उत्तर दिले असेल याची पुर्ण प्रचिती मला आली होती. केत्याच्या डोळ्यांच्या पाणावलेल्या कडाच तिच्या नकाराचे स्पष्ट समर्थन करत होत्या. तरीही माझे हळवे मन मंदाकिनीचे उत्तर ऐकण्यासाठी कानांची ओंजळ करून केत्याकडे दिलेले उत्तर ऐकण्यासाठी भिक घालत होते. तो स्वताहुन काही सांगण्याचे धाडस करत नव्हता हे बघुन मीच त्याला पोकळ धीर देत म्हणालो,

" यात वाईट वाटण्यासारखे काही एक नाही केत्या. ती हो म्हणाली की नाही फक्त एवढेच सांग मला."

केत्या हातातील रुमालाने पाणावलेल्या डोळ्यांच्या कडा पुसत म्हणाला,

" संज्या सोड भावा तिचा नाद. काढून टाक तिला मनातुन. तुझे मन समजुन घेणारी तिच्यापेक्षाही कितीतरी चांगली मुलगी मिळेल तुला."

त्यापुढे तो काय बोलत होता हे माझ्या कानांपर्यंत पोहचत नव्हते. कर्णपटलांजवळ एखादा भुंगा घोंगावा तसे माझ्या दोन्ही काणांत आवाज येत होता. श्वासोच्छ्वास कोंडुन जीव गुदमरून जावा तसे मंदाकिनी सोडुन दुसऱ्या मुलीच्या विचारानेच प्राण कासाविस होत होते. जणु त्या वेळेला सर्व सृष्टीच स्तब्ध झाल्याचा भास होत होता. मी किती वेळ तसाच निस्तब्ध शुन्यात बघत उभा होतो माझे मलाही कळाले नाही.

" सांभाळ स्वताला संज्या. भेटु उद्या "

असे म्हणत पाठीवर दोनदा थाप मारून केत्या केव्हाच निघुन गेला होता. कितीतरी वेळाने स्वताला कसेबसे संभाळत उठलो आणि जड पावलांनी घरी गेलो.

पेपरचा, महाविद्यालयाचा आणि त्यासोबतच माझ्या प्रेमाचा तो शेवटचा दिवस होता. कितीतरी दिवस तिच्या आठवणींत रडायचो, कधी कधी स्वताच्या सावलीशीच मंदाकिनी समजून बोलायचो, का बोलत नाहीस म्हणुन तासनतास सावलीलाच समजावत बसायचो. हे सांगताना इंस्पेक्टर राठोडांच्या डोळ्यांतुन आश्रु ओघळु लागले होते. त्यांच्या कंठातुन देखील रडका स्वर फुटुन शब्द फुटेनासे झाले होते. त्यांना खुपच गहिवरुन आले होते. संभाने राठोडांच्या हातात रुमाल देत त्यांचे स्वात्वंन करून त्यांना धीर देत शांत केले. टेबलवरील पाण्याची बाटली त्यांच्या हातात देत त्यांना पाणी घेण्याची विनंती संभाने केली. थोड्यावेळात इंस्पेक्टर राठोड शांत होवुन पुर्ववत झाले आणि हातातील पाण्याची बाटली पुर्णपणे रिचवुन त्यांनी टेबलवर ठेवली आणि पुढे सांगु लागले.

दिवसांमागुन दिवस गेलेत तसे हळु हळु तिच्या आठवणींतून बाहेर पडु लागलो. त्यानंतर अभ्यासाकडे वळालो. पुर्णपणे व्यवस्थित तयारी करून पोलिस खात्यात इंस्पेक्टर पदाची नोकरी देखील काही दिवसांनी माझ्या पदरात पडली. आखेर माझे स्वप्न देखील साकार झाले होते. काही दिवस उलटल्यांनंतर मला एके दिवशी केत्याचा फोन आला. त्याच्याकडुन मला मंदाकिनीचे लग्न सुशासोबत झाल्याचे कळले. तसे माझ्या पायाखालची जमीनच सरकली. मी कितीतरी वेळेस त्याच्याकडुन ह्या गोष्टीची खात्री करून घेतली. मंदाकिनी असे कसे करू शकते ह्या विचारानेच माझ्या मस्तकात ठोसे बसु लागले होते. तिने दुसऱ्या कुणाशीही लग्न केले असते तरी ठिक होते, परंतु त्या गुंड, मवाली आणि भांडखोर सुशासोबत करण्यास नको होते.

महाविद्यालयीन शिक्षण झाल्यानंतर कितीतरी दिवसांनी मंदाकिनीची बातमी कळाली होती. पुन्हा जुन्या आठवणी डोकं वर काढु लागल्या होत्या. परंतु तिथेच त्यांचा शिरच्छेद करून आठवणींच्या भयंकर जाळ्यातून लवकरच बाहेर पडलो आणि पुर्ववत माझ्या कामामध्ये मी व्यस्त झालो होतो.

इंस्पेक्टर झाल्यापासुन लग्नासाठी पुष्कळसे स्थळे येवुन जात होते. परंतु मंदाकिनी सोडुन दुसऱ्या कुणा मुलीचा मन स्विकारच करत नव्हते. काहीतरी कारणे सांगुन टाळाटाळ करत होतो. आता मंदाकिनी माझी नव्हती परंतु का कुणास ठाऊक मन अजुनही तिच्यात तेवढेच गुंतलेले होते जेवढे कॉलेजला असताना होते. एके दिवशी मी कामात व्यस्त असातांना काही महत्त्वाच्या कामानिमीत्त एक महिला पोलिस स्टेशनला माझ्याकडे आली असल्याची माहिती मला एका पोलिस कॉस्टेंबलने दिली. परंतु मी कामात असल्यामुळे तिला भेटण्याची परवानगी दिली नाही. बऱ्याच वेळानंतर तो कॉंस्टेबल पुन्हा तिच माहिती घेवुन आला परंतु माझे काम अजुनही पुष्कळ बाकी होते म्हणुन मी त्याला पुन्हा परवानगी दिली नाही. रात्री मी ड्युटीवरून घरी निघाल्यावर तो कॉस्टेबल माझ्याकडे आला आणि हातातील एक चिठ्ठी माझ्यासमोर करत म्हणाला की,

“आज सकाळपासुन ज्या मॅडम आलेल्या होत्या त्यांनी सांयकाळ पर्यंत तुमच्या परवानगीची वाट बघितली परंतु नंतर कुणाचातरी कॉल आल्यानंतर त्या घाईतच ही चिठ्ठी माझ्याकडे देवुन तुम्हास सुर्पुद करण्याची विनंती करून तातडीने निघुन गेल्या ".

" ठिक आहे ठेव माझ्या कॅबिनमध्ये. दररोज अशा कितीतरी महिला त्यांच्या तक्रार घेवुन येतात. वेळ मिळाला की बघेल काय आहे ते. आता निघतो मी उशीर झालेला आहे ".

एवढे बोलुन मी गाडीच्या दिशेने चालते झालो.

" ये शिंदे धर रे ही मंदाकिनी मॅडमची चिठ्ठी. साहेबांच्या कॅबिनमधल्या ड्रॉवरमध्ये ठेव ".

त्या कॉस्टेबलने आत असलेल्या पोलिसाला आवाज देवुन सांगितले.

दिवसभर लेकराला सोडुन बाहेर गेलेल्या आईचा सायंकाळी आवाज ऐकल्यानंतर जसे इवलाश्या बाळाचे कान त्या आवाजाकडे टवकारतात आणि पाय आपोआप आईच्या दिशेने पडु लागतात. तसेच मंदाकिनी नाव ऐकल्यानंतर माझे झाले. उतरत्या पायऱ्यांवरून तसेच मागे फिरून मी कॉस्टेबलला आवाज देवुन ती चिठ्ठी आणण्यास सांगितले. तो माझ्यापर्यंत येण्याची सुद्धा वाट मी बघु शकत नव्हतो. मि घाईने त्याच्यापर्यंत पोहचत त्याच्या हातातुन चिठ्ठी ओढुन घेतली. आणि पटकन उघडुन त्यावरील मजकुर वाचु लागलो.

" माफ कर सुजय तुझ्या कामात व्यत्यय आणतेय त्याबद्दल परंतु कामच एवढे महत्त्वाचे आहे की तुझ्याशिवाय मी दुसरे कुणालाही सांगु शकत नाही. आज दिवसभर बाहेर तुझी वाट बघितली परंतु तु काही भेटला नाहीस. मी दोन दिवस आईबाबांकडे आलेली होती म्हणुन तुझ्याकडे येता आले. उदया मी सुशांतकडे जाणार आहे. मी उदया अकरा वाजता नेरळ रेल्वे स्टेशनला असणार आहे. तिथे तुझी वाट बघेल. आशा आहे तु वेळ काढुन नक्की भेटशील."

चिठ्ठी दुमडावुन तिच्या पृष्ठभागावर मंदाकिनी नाव लिहीलेले होते.

मी कॉस्टेबलला घाईनेच विचारले,

" माझी वाट बघत असलेली ती मॅडम केव्हा आणि कोणत्या दिशेने गेली आहे?"

" साहेब किमान एक तास तरी झाला असेल. त्या मॅडम पुर्वेकडील या रस्त्याने एका ऑटोमधे बसुन उजवीकडील रस्त्याने गेल्यात."

मी स्वताला दोषी समजुन काहीही विचार न करता मंदाकिनी गेली त्या दिशेने गाडी चालवु लागलो. बराच अंतर गेलो परंतु कदाचित ती फार दुर गेली असावी. मला ती कुठेच दिसली नाही. बराच वेळ शोधल्यानंतर मी घरी आलो. केव्हा सकाळ होईल आणि मंदाकिनीला मी केव्हा भेटेल याची चाहुल रात्रभर माझ्या मनाला लागलेली होती.

दुसऱ्या दिवशी सकाळी दहा वाजताच मी नेरुळ रेल्वे स्टेशनला हजर होतो. केव्हा मंदाकिनीला एकदाचे भेटेल, डोळे भरून बघेल आणि तिला असलेल्या अडचणीतुन केव्हा बाहेर काढेल असे झाले होते मला. रेल्वे स्टेशनवर मला एका ठिकाणी बसवेना. माझी नजर सारखी इकडे तिकडे मंदाकिनीच्या चेहऱ्याचा वेध

घेत होती. इतक्यात एक हात हळुवार पणे पाठीमागुन माझ्या खांद्यावर स्थिरावला. मी पाठिमागे न बघताच

"मंदाकिनी तु आलीस"

म्हणत मागे वळून बघितले. तोच तो सुंदर चेहरा, तिच मनमोहक आणि खिळवून ठेवणारी नजर, तेच हवेच्या तालावर मंदपणे उडणारे मऊ केस. मी तिच्याकडे आजसुद्धा तसेच एकटक बघत राहिलो जसे तिला महाविद्यालयाच्या प्रांगणात प्रथमच मी बघितले होते. तिच्या त्या सुंदर चेहऱ्यावरून नजर हटविण्याची इच्छाच होत नव्हती, परंतु स्वताला सावरून तिला म्हणालो, कशी आहेस तु, बरी आहेस ना? त्यावर फक्त एक छोटेसे स्मित करत

" चल त्या समोरच्या हॉटेल मधे चहा घेवु"

म्हणत तीने त्या हॉटेल कडे हाताने निर्देशांक केला. मी पण होकार अर्थी मान हलवुन तिच्या सोबत हॉटेलच्या दिशेने चालते झालो. चहा सुद्धा तिने इकडे तिकडे बघत घाईनेच घेतला. आणि जवळच्या स्कार्प ने चेहरा झाकुन घेतला. मी आजुबाजुला बघत तिला विचारले,

" सर्व काही ठिक आहे ना? तु एकदम अस्वस्थ दिसत आहेस. काय झाले आहे बिनधास्त आणि निसंकोचपणे मला सांग."

तीचे पाणावलेले डोळे न बोलताच तिच्या मनातील बरीच व्यथा सांगत होते. तिने इकडे तिकडे बघत सांगण्यास सुरुवात केली,

" कॉलेज संपल्यानंतर काही दिवसांनी सुशीलच्या बाबांनी माझ्या बाबांकडे माझ्यासाठी लग्नाची मागणी घातली. त्याच्या वडिलांचे राजकिय आणि सामाजिक वर्चस्व खुप होते. त्यामुळे बाबा त्यांना नाही म्हणु शकले नाहीत. उलट एवढ्या मोठ्या घरी आपल्या मुलीचे लग्न जुळणे म्हणजे एक सौभाग्यच आहे, असा त्यांचा समज होता. त्यांनी मला न विचारताच लग्नाला होकार दिला. मी पण आई बाबांच्या निर्णयाचा विरोध करू शकले नाही. आणि सुशीलशी विवाहबद्ध झाले. सुरवातीचे दोन तीन दिवसच चांगले गेले असतील. नंतर त्याने त्याचे रंगरूप दाखविण्यास चालु केले होते. काही कारण नसतांना रागवणे, माझ्या बोलण्याकडे दुर्लक्ष करून माझ्याशी शक्य होईल तेवढे बोलणे टाळणे, दिवसभर बाहेर टुकार मित्रांसोबत फिरणे, कधीकधी तर दोन तीन दिवस घरी सुद्धा येत नाही, कुठे होतास? या संदर्भात कोणताही प्रश्न विचारला तरी तो मारायला चालु करतो. दिवसातुन दहा वेळेस तुझ्या नावाचे टोमणे सतत मारत असतो."

हे सांगताना तिला पुर्ण गहिवरून आलेले होते. हातातील रुमालाने ती क्षणोक्षणी डोळे पुसत होती. तिच्या हातावर हात ठेवुन मी तिला धीर देवु लागलो.

परंतु तीने हात सारून मागे घेतला.

" माफ कर संजय. मी जास्त वेळ इथे थांबु शकत नाही. कुणीतरी माझा सतत पाठलाग करून मागोवा घेत असल्याचे मला अनेकदा जाणवले आहे. आणि आता रेल्वे येण्याची देखील वेळ झाली आहे. मला अजुन खुप काही महत्त्वाचे बोलायचे आहे. परंतु आता ही वेळ मला अनुकुल नाही वाटत. माझ्या हातात एक चिठ्ठी देत ती म्हणाली,

" पुढच्या महिण्यात तीन तारखेला माझ्या घरी ह्या पत्यावर येशील का? कृपया नाही म्हणु नकोस. तुझ्याशी महत्वाचे बोलायचे आहे."

मी काहीच विचार न करता तिला पटकन होकार देवुन मोकळा झालो. तिला रेल्वेत बसवुन दिले आणि मी माघारी निघालो. परंतु मनात सारखे मंदाकिनीचेच विचार येवु लागले होते. काय महत्वाचे काम असेल माझ्याकडे? तिला सुशील जास्त त्रास तर देत नसेल ना? तिच्या एवढ्या अस्वस्थेचे कारण काय असेल? असे एक ना अनेक विचार करत मी पोलिस स्टेशनला पोहचलो. कॅबिनमध्ये गेल्यावर नेहमी प्रमाणे खिशातील बंदुक टेबलवर काढुन ठेवण्याच्या उद्देशाने खिशात हात घातला परंतु बंदुक खिशात नव्हती. कदाचित घाई मध्ये घरीच विसरलो असणार असे समजुन कामात व्यस्त झालो.

अखेर तीन तारिख आली. आज फक्त मंदाकिनीला भेटायचे एवढेच काय ते माझ्या डोक्यात होते. तिला भेटायचे म्हंटल्यावर मन आनंदीत होते. परंतु तिचा त्रास आठवला की आनंदाचे किरणे कधी निराशेच्या मावळतीकडे झुकत मला कळत नव्हते. तिने दिलेली पत्त्याची चिठ्ठी गाडीमधे होती. ती उघडुन तिच्यावरचा पत्ता पटपट वाचु लागलो. त्यातला बराच मार्ग माझ्या ओळखीचा होता. कारण माझा जिवलग सखा " केत्या " चे घर देखील त्याच मार्गाने होते. बऱ्याच दिवसांचे केत्याला भेटलो नव्हतो. केव्हातरी फोनवरूनच बोलणे होत होते. आज त्याला देखील भेटण्याचे मन झाले होते. त्याप्रमाणे सुरवातीलाच केत्याच्या घरासमोर गाडी नेवुन उभी केली. आणि जोरजोरात हॉर्न वाजवण्याचे काम सुरू केले. तसा तो आतुन म्हणाला

“ कोण आहे थांबा येतोय ”

मी त्याचा आवाज ऐकुन न ऐकल्यासारखे केले आणि हॉर्न वाजवण्याचे कार्य सुरूच ठेवले. मला माहिती होते तो ह्या आवाजने नक्कीच चिडणार. शर्टचे बटन लावत तो बाहेर आला होता.

“ कोण आहे रे? बाहेर येतोय म्हंटलो तरी ऐकण्यास येत नाही का? गाडी नवीन घेतली की हॉर्न नवीन बसवला आहे?”

असे ओरडतच तो गाडीकडे येत होता. तो अगदी जवळ आल्यानंतर देखील मी होर्न वाजविणे थांबवले नाही. मी मुद्दाम रुमालाने तोंड बांधलेले होते त्यामुळे मला तो इतक्यात ओळखणे शक्य नव्हते. तो गाडीच्या काचेवर हाताने जोरजोरात मारून दरवाजा उघडण्याचा संकेत देत होता. मला त्याच्या ह्या अवस्थेवर हसु येत होते. लवकरच त्याचा क्रोध प्रकोपाला जावुन पोहचला. अंगणात पडलेला लोखडांचा गज त्याने उचलला आणि काचेच्या दिशेने धावुन आला. आता तो काच फोडणार याची प्रचिती मला त्याच्या आक्रमक पवित्र्यावरून लक्षात आली होती. मी हॉर्न बंद करून दरवाजा उघडला. आणि हात जोडुन त्याला थांबण्याची विनंती केली. तसे त्याने मला लगेचच ओळखले.

"अरे संज्या तु. मला शब्दच सुचत नाहीये बघ. आणि माझा माझ्या डोळ्यांवर देखील विश्वास बसत नाहीये. तुझी हरकत नसेल तर तुला एक चिमटा काढुन बघु का?"

मी होकार देण्याच्या आतच त्याने माझ्या पाठीवर एक जोरदार थाप मारली. आणि हसत म्हणला,

" तुला चिमट्याने काय होणार आहे? पोलिस झालाय तु आता."

मी देखील त्याचा मारलेला रट्टा पचवत जरासे स्मित करून त्याच्या हो ला हो केले आणि त्याच्यासोबत त्याच्या घरात गेलो.

आम्ही बराच वेळ मनसोक्त गप्पा मारल्या. जुने दिवस आठवुन आम्ही खळखळुन त्यावर हसत होतो. तेवढ्यात त्याने मंदाकिनीचा विषय काढला. मी पण ती भेटल्यापासुन जे घडले ते सर्व त्यास सांगितले आणि आता देखील मी तिच्याकडेच चाललो आहे हे सुद्धा त्यास कळविले. त्यावर तो प्रसन्न पण झाला. आणि म्हणाला,

" इतक्या दिवसानंतर तु तिला भेटणार आहेस तर मग काही गिफ्ट वैगेरे घेतलेस का?"

" अरे यार केत्या, कधी कुणाला काही गिफ्ट दिलेच नाही, त्यामुळे असे ध्यानात नाही राहत बघ. परंतु तु आज लक्षात आणुन दिलेस. तर तुच सांग तिला काय गिफ्ट देवु?"

तो वाकडे तिकडे तोंड करत म्हणाला,

" हो ते मला माहितीच होते तु ढ आहेस म्हणुन. कसा काय इंस्पेक्टर झाला कुणास ठावुक?"

" खेचुन झाले असेल तर सांग रे केत्या काय गिफ्ट घेवु ते "

जरा वेळ विचार करून तो म्हणाला,

" मंदाकिनीला सगळ्यात जास्त काय आवडते, माहिती आहे तुला? "

" हो. फुलांचे झाडे."

" तर मग तेच गिफ्ट घेवुन जा. आवडेल तिला"

" अरे पण आता कुठे शोधायचे फुलांचे झाड? आधीच मला खुप उशीर झालेला आहे."

" नको काळजी करू. आहे माझ्याकडे एक सुंदर फुलांचे झाड. ते घेवुन जा तु. बस जरा वेळ. मी आलोच."

एवढे बोलुन तो जिन्याने वरच्या मजल्यावर गेला. उशीर झालाय म्हणुन मी चिंताग्रस्त होवुन केत्या येण्याची वाट बघु लागलो.

पारदर्शक प्लॅस्टिकच्या आवरणात गुंडाळुन केत्या एक सुंदर पुष्प रोपटे घेवुन आला. त्या रोपट्यास सफेद फुंलाचा गुच्छ एका सुंदरशा गजऱ्याप्रमाणे लोंबकळलेला होता. जणु काही तो पुष्पगुच्छ कुणी एका धाग्यात विणुन ठेवला होता. लांबलचक पळसाच्या पांणाप्रमाणे त्या रोपट्याला हिरवेगार लांब पाने होते. इतके सुंदर रोपटे मी आजपर्यंत कुठेच बघितलेले नव्हते.

" खुपच सुंदर केत्या. काय नाव रे ह्या रोपट्याचे?"

" रिंचोस्टाईलीश "

" म्हणजे रे केत्या? "

" अरे गाढवा स्टाईलीश म्हणजे माझ्यासारखे. तुला नाही कळायचे ते. हे रोपटे तिला गिफ्ट म्हणुन दे तु. रोपट्याला भरपुर पाणी टाकण्यास सांग. आणि जा आता लवकर तु , बराच उशीर झालेला आहे. येताना वेळ मिळाला तर ये इकडुन. मस्त सिलेब्रेशन करू."

" हो केत्या येतो मी. येताना वेळ मिळाला तर नक्की येईन."

केत्याचा निरोप घेवुन तेथुन निघालो. केत्याच्या घरापासुन जवळपास चाळीस पन्नास किमी अंतर आलो असेल. आता बहुतेक मंदाकिनीने दिलेल्या पत्त्याच्या जवळपास आलो होतो. दोन चार लोकांना सुशील घोरपड्यांचा पत्ता विचारत विचारत मंदाकिनीने सांगितलेल्या त्या टोलेजंग बंगल्या जवळ येवुन ठेपलो होतो. गेटजवळ गेल्यानंतर मी हॉर्न वाजवला. तेथील वॉचमन अगोदर माझ्याकडे आला. माझी सर्व विचारपुस केली. मंदाकिनी मॅडमला भेटण्यासाठी आलेलो आहे हे त्याला कळवल्यानंतर, त्याने मला गेटच्या बाहेरच काही काळ प्रतिक्षा करण्यास सांगितले. दहा ते पंधरा मिनिटने त्याने गेट उघडला. त्याने मला हाताने इशारा करून तिसऱ्या मजल्यावरची ती पुर्वेकडे दरवाजा असलेली मंदाकिनीची खोली दर्शवली. मी तिथे पोहचल्यानंतर दरवाजावर थाप मारली. काही क्षणांतच दरवाजा

उघडला. जणु काही ती इतकावेळ माझीच प्रतिक्षा करत होती.

दरवाजा उघडाच ठेवून तीने मला आत खुर्चीवर बसण्यास सांगितले. त्या दोन आरामदायक खुर्चा पश्चिमेकडील खिडकीजवळ होत्या. त्यातील एका खुर्चीवर मी बसलो आणि माझ्यासमोर मंदाकिनी. त्या खिडकीतून मागे डोकवले असता सुंदर बगीचा होता. आणि बगीच्या संपल्यानंतर बगीच्याच्या आणि बंगल्यासंभोवातली एक उंच भिंत होती.

" आवडला का तुला बगीचा?"

ह्या तीच्या प्रश्नाने मी माझी नजर तिच्याकडे वळवली. आणि जरासे हासुनच म्हणालो,

" माफ कर. परंतु माझ्या समोर एवढे मनमोहक फुल असतानाही मला ती सुंदर बाग बघण्याचा मोह काही काळ आवरला नाही."

" कसले मनमोहक फुल संजय. हे फुल महाविद्यालयाच्या त्या शेवटच्या दिवशीच कोमेजुन गेले होते. तेव्हा पासुन ह्या फुलाने दरवळने केव्हाच सोडुन दिलेले आहे. ह्या फुलाला हळुवार स्पर्श तर दुर ह्याच्या नशीबात फक्त कुस्करणेच आहे."

बोलता बोलता तीला खुप गहिवरुन आले. मीच किती वेडा होतो उगाच तीला प्रप्रोज केला. त्यामुळे ती अजुन देखील माझ्यावर नाराज असावी असे मला वाटु लागले. मी तीचे सांत्वन करत तिला समजावु लागलो,

" माफ कर मंदाकिनी. पण ..."

तिने मधेच माझे बोलणे थांबवत विषय बदलविला

" अरे हे काय हातात घेवुन बसलाय? माझ्यासाठी आणले आहेस की घरी घेवुन जाणार आहे? "

मंदाकिनीशी बोलतांना इतके वेळ माझ्या हातात ते केत्याने दिलेले सुंदरशा रोपट्याचे गिफ्ट आहे हे देखील मी विसरुन गेलो होतो.

" हे गिफ्ट तुझ्यासाठीच आणले आहे मंदाकिनी."

" अरे व्वा खुप छान. बघु काय आणलेस"?

म्हणत तिने ते माझ्याकडुन घेतले. आणि उघडुन बघणार इतक्यात तिचा विचार बदलला, आणि ते फुलांचे रोपटे तिथुन दुर असलेल्या एका टेबलवर ठेवुन ती पुन्हा माझ्या समोरील खूर्चीत बसली.

" तु त्या गिफ्टपेक्षा खुप महत्त्वाचा आहे. मी नंतर देखील ते बघु शकेल. तु चहा पिणार की कॉफी?"

" नको मी फक्त थोडेसे पाणी पिणार".

तिने जवळच्या फ्रिजमधुन एक पाणी बाटली काढुन माझ्याकडे दिली. आणि बोलु लागली,

" तु आलास खुप बरे वाटले. तु आज इथे आलेला आहेस ही बातमी सुशीलला कळत्यानंतर त्याचा फार त्रास होणार हे निश्चित असले तरी देखील त्या त्रासापेक्षाही एक त्रास मला खुपच अस्वस्थ करीत आहे संजय."

मी तिला आश्वासन देत तिची भिती दुर केली,

" तु कसलीही भिती मनात न बाळगता जेही असेल ते निसंकोचपणे मला सांग. माझ्याकडून शक्य असल्यास मी तुला नक्कीच मदत करेल."

हातातील रुमालाने पाणावलेल्या डोळयांच्या कडा पुसुन ती शांत झाली आणि पुढे सांगु लागली,

" मी तुला सांगितल्याप्रमाणे सुशीलला बरेच वाईट वळणे आहेत आणि ते सगळे निमुटपणे सोसण्याचे सामर्थ्य देखील माझ्यात आहे. परंतु एके दिवशी त्याच्या बॅग मधे मला सफेद रंगाच्या पावडरीच्या छोट्या छोट्या अनेक पिशव्या आढळल्या. मी त्याला त्या संदर्भात विचारताच त्याने माझ्या कानशिलात लावली आणि नको तेवढे वाईट बोलुन पुन्हा बॅगेला हात न लावण्याची धमकी त्याने दिली. मी तेव्हापासुन विचारात पडले की, त्या बॅगेतील ती सफेद पावडर नेमकी कसली असेल? परंतु मला न उमगल्यामुळे मी त्या गोष्टीकडे दुर्लक्ष केले. काही दिवसानंतर येथे काळ्या रंगाचे कपडे घालुन बरेचशे माणसे आलेले होते. आणि त्यातील एक माणुस सुशीलच्या डोक्याला बंदुक लावुन त्या बॅगांची विचारपुस करत होता आणि सुशील हात जोडुन त्याच्यापुढे क्षमायाचना मागुन काही दिवसांची मुदत द्या मी तुमचे सर्व पैसे चुकते करेल अशी विनंती करत होता. त्याच्या विनंतीवर तो माणुस खुष झाला नाही परंतु त्याला एक जोरदार लाथ मारून म्हणाला,

" एका आठवड्यात जर तु ठरलेली रक्कम किंवा बॅग दिली नाही तर, तुझ्या घरातील एकही व्यक्ती जिंवत सोडणार नाही."

असे धमकावुन तो आल्या पावली मागे गेला. ह्या प्रसंगामुळे मी पुरते घाबरून गेले होते. कुणाची मदत घ्यावी हे मला सुचेना. काही दिवसापुर्वी एका हॉटेलमधे जेवण करत असताना मला आपली जुनी मैत्रीण माधवी भेटली. तिच्याकडुन मला तु इंस्पेक्टर झाल्याचे कळाले. खुप बरे वाटले तु इंस्पेक्टर झाल्याचे ऐकुण. तिच्याकडून मला तुझे ठिकाण समजले. आणि मी त्या दिवशी तुला भेटण्यासाठी आले देखील होते. परंतु तु कामात व्यस्त असल्यामुळे भेटु शकला नाहीस.

" माफ कर मंदाकिनी. तु बाहेर असल्याचे मला फार उशीरा कळाले."

" माफी नकोस मांगु. तु तुझे कर्तव्य करत होतास. मला काही वाईट नाही वाटले. तु काय अगोदरचा संज्या नाहीस जो एका आवाजात कुठेही येईल. तु आता इंस्पेक्टर संजय आहेस. तुला तुझे कर्तव्य संभाळणे देखील तितकेच महत्वाचे आहे."

" तु अगदी तशीच आहेस पहिल्यासारखी न बोलताच सर्व काही समजुन घेणारी."

त्यावर जरा स्मित करून ती पुन्हा मुळ विषयाकडे वळत म्हणाली,

"मला त्या दिवसापासुन खुप भिती वाटते रे संजय. आधीच एक भिती काही कमी नव्हती. त्यात आता अजुनच भर पडली."

" आधीच एक भिती म्हणजे?"

" सुशीलची रे संजय. तो अजुनही आपल्या दोघांबद्‌दल शंकिक आहे. त्याला अजुनही वाटते की मी तुला भेटते किंवा तुझ्याशी बोलते. त्यामुळे मला असे वाटते कि त्याचा कुणीतरी माणुस सतत माझ्या मागावरती असतो. त्या दिवशी तुला रेल्वे स्टेशनला भेटले तेव्हाच सर्व सांगणार होते. पण तितक्यात शेजारी कुणीतरी नजर ठेवुन असल्याची चाहुल मला लागली आणि मी काहीही न सांगता तेथुन लवकरात लवकर निघाले."

" अच्छा. म्हणजे त्या दिवशी तु काहीही न बोलता तात्काळ निघण्यामागे हे कारण होते."

" हो संजय."

" मग सुशाला काही समजावुन सांगु का?"

" नको सांगु त्याला काहीच. माझाच त्रास वाढेल अजुन. मला ह्या क्षणाला भिती ह्या गोष्टीची आहे की, ते कोण माणसे होते ते परत आले तर सुशीलच्या किंवा आमच्या जीवाचे बरेवाईट केल्याशिवाय माघारी जाणार नाही. कृपया तु काहीतरी कर संजय. ह्यातुन तुच काहीतरी मार्ग शोधु शकतोस."

मी तिला धीर देत म्हणालो,

" मंदाकिनी तु शांत हो. कसलीही काळजी करू नकोस. माझ्यावर विश्वास ठेव मी तुला आणि तुझ्या परिवारातील कोणत्याही सदस्यास काही होवु देणार नाही. मी लकरच यावर काहीतरी मार्ग काढतो आणि दोन तीन दिवसात ह्या प्रकरणाचा सोक्षमोक्ष लावतो. तोपर्यंत तु निश्चिंत रहा आणि काळजी घे."

मी तिचे स्वात्वंन करून जाण्यास उठलो तेवढ्यात त्या समोरच्या टेबलवर केत्याने दिलेले ते सुंदर रोपटे दिसले.

" आणि हो ह्या रोपट्याला पुष्कळ पाणी घालण्यास विसरू नकोस. नाहीतर हे लवकर सुकुन जाते."

हा केत्याचा निरोप पण तिला जाता जाता सांगुन टाकला.

" हो बाबा घालते पाणी लगेचच. तु नकोस काळजी करू सावकाश जा."

रोपट्याच्या कुंडीकडे जात मंदाकिनी म्हणाली.

मी पुन्हा एकदा मागे वळून तिच्या सुंदरशा चेहऱ्याचे दर्शन घेतले आणि तेथुन निघालो.

अंगणात गाडी पार्क केली होती. तेथुन गाडी चालु करून गेट पर्यंत आलो. गेट बंद असल्यामुळे वॉचमॅनची वाट बघु लागलो. एकदा दोनदा हॉर्न देखील वाजवला परंतु तो काही आला नाही. त्यामुळे जरावेळ तसेच गाडीत बसुन होतो. मंदाकिनीच्या खोलीकडे नजर गेली आणि पुन्हा तिचे ध्यान येवुन तिचा तो सुंदर आवाज आणि मनमोहक चेहरा आठवु लागलो. तिच्या आठवणीत मन धुंद होवु लागले होते एवढयात एक आवाज काणावर पडला. तो आवाज मंदाकिनीच्या खोलीच्या दिशेनेच आलेला होता.

मी क्षणाचाही विलंब न करता गाडीतुन खाली उतरलो आणि धावतच मंदाकिनीच्या खोलीत पोहचलो. समोरचे दृश्य बघुन माझ्या काळजाचा ठोकाच चुकला. क्षणभर काय करावे तेच सुचेना. खोलीच्या उत्तर बाजुला असलेल्या लाकडाच्या देवघरावर मंदाकिनी पडलेली होती. देवाऱ्यातील पणतीच्या आगीमुळे मंदाकिनीच्या कपड्यांनी पेट घेतला होता. देव्हारा लाकडाचा असल्यामुळे त्या लाकडांनी देखील पेट घेतला होता. खोलीमध्ये अनेक पडदे असल्यामुळे त्यांनाही पेटायला वेळ लागला नाही. खोलीमध्ये बऱ्यापैकी धुर झालेला होता. मी पटकन मंदाकिनी जवळ पोहचलो आणि कशाचीही पर्वा न करता तिला त्या जाळातून बाहेर ओढले. मंदाकिनीच्या खोलीमध्ये बरेचस्या छोट छोटया रोपट्यांच्या कुंड्या होत्या. त्यांस पाणी घालण्यासाठी तिथे एक छोटी बादली होती. बेसिनच्या नळाखाली मी पटकन बादली भरून घेतली आणि मंदाकिनीच्या कपड्यांवर पाणी ओतु लागलो. थोड्यावेळात मी तिच्या कपड्यांना लागलेली आग विझवली. परंतु त्याचा काहीच उपयोग झाला नाही. फार उशीर झाला होता. मी तिला छातीशी धरून मोठ्यामोठ्याने रडु लागलो. तिच्या तोंडावरून हात फिरवुन तिला उठण्याची विनंती करू लागलो तर माझे लक्ष माझ्या तळहाताकडे गेले. माझा पुर्ण तळहात रक्ताने माखलेला होता. नक्कीच तिच्या पाठीला कसलातरी घाव झालेला असणार म्हणून मी तिची पाठ बघितली तर तेथुन रक्ताची धार चालु होती. तो घाव नक्कीच गोळीचा होता हे ओळखण्यास मला फार उशीर लागला

नाही. मी मंदाकिनीला खाली ठेवुन लगेचच त्या पश्चिमेकडील खिडकीजवळ गेलो. तेथुन खाली डोकावुन बघितले परंतु कुणीच दिसले नाही. त्या धुरामध्ये बरेचशे अंधुक दिसत होते आणि आजुबाजुच्या आगेचे चटकेही बसु लागले होते म्हणुन मी खोलीबाहेर पडण्यास निघालो परंतु तितक्यात माझ्या पायाला कसल्यातरी वस्तुचा धक्का लागला. ती वस्तु काय आहे हे बघण्यास मी त्या धुरामध्ये जमीनीवरती हात फिरवुन चाचपुन बघु लागलो. तर माझ्या हाताला बंदुक लागली. मी ती उचलुन खोलीच्या बाहेर आलो. एव्हाना तेथील काही नोकर आणि तो वॉचमन मंदाकिनीच्या खोली जवळ आरडाओरड करत येवुन पोहचले होते. मंदाकिनी जवळ बसुन ते ओक्साबोक्सी रडु लागले होते. माझ्याहातातील ती बंदुक बघुन त्यांचे संशयाचे वारे माझ्या दिशेने वाहु लागले होते. मंदाकिनीस मिच मारले असावे असा त्यांचा गैरसमज झाला. ते मला मारण्यासाठी देखील धावले, परंतु खिशातील ओळखत्र दाखवुन मी एक इंस्पेक्टर असल्याचे त्यांना धमरडावुन सांगितले तेव्हा कुठे त्यांनी जरासी माघार घेतली.

माझ्या हातातील बंदुक बघुन मलाच मोठा धक्का बसला होता. कारण ती बंदुक दुसऱ्या कुणाची नसुन माझीच होती. परंतु मी घरून येताना माझी बंदुक घरीच ठेवली होती. मी ड्युटीवर पोषाखात असेल तरच सोबत बंदुक वापरतो. इतर वेळेस बाहेर जातांना मी केव्हाच बंदुक सोबत ठेवत नाही. तर ही बंदुक येथे आली कुठुन? या सर्व गोष्टींचा विचार करतच होतो एवढयात तेथील स्थानिक पोलिस आले. त्यांनी तेथील सर्व घटनेचा पंचनामा केला आणि माझी बंदुक देखील जमा करून घेतली. मलाही संशयीत ठरवुन ते मला पोलिस स्टेशनला घेवुन गेले. तेथील इंस्पेक्टर वाघ हे माझ्या काहीसे ओळखीचे निघाले. त्यांना मी सर्व प्रसंग सांगितल्यावर त्यांनी मला तेथुन जाण्यास परवानगी दिली. परंतु

“सर्व पुरावे तुमच्याच दिशेने निर्देश करत आहेत आणि समोरचे व्यक्ती देखील खुप मोठे आहे. त्यांचा ह्या केस संबंधीचा दबाव देखील मोठाच असेल आणि सर्व गोष्टींचा तपास लागुन गुन्हेगार तुम्ही आढळला तर तुम्हाला बेड्या ठोकण्यापलीकडे आमच्याकडे दुसरा कोणताही मार्ग नसेल हे लक्षात ठेवा राठोड"

हे देखील दरडावुन सांगण्यास ते विसरले नाहीत.

तेथुन कसाबसा घरी आलो. परंतु मंदाकिनीचा विचार काही केल्या डोक्यातुन जाईनासा झाला. ती ह्या जगात नाहीये यावर माझा अजुनही विश्वास बसत नाही संभा सर. मंदाकिनी भेटल्यापासुन आणि तिने सांगितलेल्या सर्व गोष्टींचा छडा लावण्याचा मी खुप प्रयत्न केला. परंतु सर्व विफळ ठरले. मंदाकिनीचा चेहरा डोळ्यासमोर आला की माझे सर्व विचारचक्र ठप्प होते आणि माझे मन फक्त

मंदाकिनीच्या विचारांत कितीतरी वेळ तसेच आकंठापर्यंत बुडुन जाते. तेथुन पुढे माझी सर्व बुद्धीच भ्रष्ट झाल्याचा भास मला होतो. कुठे काय चालु आहे हे देखील काही काळ मी विसरून जातो. माझे सर्व प्रयत्न फोल ठरल्यानंतर माझ्यापुढे फक्त एकच पर्याय उरला होता आणि तो फक्त तुम्ही होते संभा सर. मी काहीही गोष्टी न लपवता सर्व काही तुम्हाला सविस्तर सांगितले आहे. कृपा करून मंदाकिनीचा हत्यारा शोधुन मला ह्या प्रकरणातुन बाहेर काढा संभा सर. मी तुमचा आजन्म उपकार विसरणार नाही. इंस्पेक्टर राठोड हात जोडुन विनवणी करू लागले. संभाने त्यांचे दोन्ही हातात आपल्या हातात धरले.

" निश्चिंत रहा रोठोडजी. मंदाकिनीचा गुन्हेगार पाताळात जरी असेल तरी त्याला शोधुन काढुन तुम्हा दोघांनाही योग्य न्याय मिळवुन दिल्याशिवाय मी शांत बसणार नाही. माझ्या पद्धतीने मी सर्व प्रयत्न करेल."

इंस्पेक्टर राठोडांच्या चेहऱ्यावर किंचीतसे हसु उमटले होते. ते विश्वासपुर्वक शब्दांत म्हणाले,

" संभा सर मला माझ्यापेक्षाही जास्त फक्त तुमच्यावर विश्वास आहे आणि तुम्ही मला आश्वासन दिले आता मी पुर्णपणे निश्चिंत झालो आहे. माझी केव्हाही गरज वाटल्यास मला बोलवा मी तेथे हजर असेल."

टेबलवरील लेखणी राठोडांकडे सरकवत संभा म्हणाला,

" ह्या कागदावर मंदाकिनीचा आणि रस्त्यातील तुमच्या मित्राचा देखील पत्ता नमुद करा. म्हणजे रस्त्यात काही गरज वाटल्यास त्याकडे जाता येईल आणि निश्चिंत होवुन तुम्ही सावकाश घरी जा."

संभाने सांगितल्या प्रमाणे राठोडांनी कागदावर पत्ता नमुद केला आणि हस्तोदंलन करून ते तेथुन निघुन गेले.

धुंवादार पाऊस कोसळु लागला होता. विजांचा कडकडाट हृदयाचे ठोके वाढवत होता. टेबलवरील एक सिगारेट संभाने पेटवली आणि पाय समोरच्या टेबलवर ठेवुन तो खुर्चीत मागे टेकुन बसला. डोळे बंद करून राठोडांनी सांगितलेली सर्व कहानी तो पुन्हा पुन्हा डोळ्यांसमोर आणत होता. प्रत्येक प्रसंगाचे बारकाईने अवलोकन करत होता. सिगारेटच्या धुरासोबत विचारांची गर्दि देखील वाढत चाललेली होती. राठोडांनी सांगितलेल्या सर्व घटना भरभर डोळ्यासमोरून जात होत्या. त्यांचा वेग कमी झाला तो मंदाकिनीच्या त्या खोलीमध्ये येवुन. त्यामधील ऐकलेले सर्व प्रसंग संभाच्या डोळ्यांसमोरून हळुहळु पुढे सरकु लागले. काहीसा एक विचार मनात येवुन त्याने डोळे उघडले. हातातील उरलेली सिगारेट बुटाच्या तळव्यावर घासुन विझवली. टेबलवर असलेले रसायन शास्त्राचे पुस्तक त्याने

तोंडावर ठेवले आणि तसाच झोपी गेला. एव्हाना जवळपास रात्रीचे एक वाजले असतील.

सकाळी आवरल्यानंतर संभाने टेबरलवरील ती चिठ्ठी उचलुन कोटच्या खिशात घातली आणि लगेच तो मार्गस्थ झाला. दुपारच्या सुमारास तो मंदाकिनीच्या पत्यावर पोहचला. आपला कोट गाडीतच काढुन त्याने पोलिसाची वेशभूषा केली. आणि गेट उघडण्यासाठी वॉचमॅनला हॉर्न देवु लागला. तेथे आलेल्या एका व्यक्तीसोबत वॉचमॅन बोलण्यात गुंग होता. संभाने दोन तीन वेळेस हॉर्न वाजवीला तेव्हा कुठे तो काही वेळाने गेटजवळ आला आणि त्याने तेथुनच मोठ्या आवाजात विचारले,

“कोण आहात?"

गाडीची काच खाली घेवुन संभाने चेहरा दाखवत पोलिस असल्याचे सांगितले तेव्हा त्याने गेट उघडले. गाडी अंगणात पार्किंग करून संभाने वॉचमॅनला विचारले,

" ती तिसऱ्या मजल्यावरील पहिली खोली मंदाकिनीची आहे का?"

" हो साहेब, मंदाकिनी मॅडमचीच आहे. परंतु साहेब परवाच पंचनामा वैगेरे सर्व झालेला आहे मग तुम्ही पुन्हा कशासाठी आलेले आहात?"

" विचारले तेवढेच सांग. बाकीच्या पंचायती करू नकोस."

असे म्हणुन संभा थेट तिसऱ्या मजल्यावर मंदाकिनीच्या खोलीजवळ गेला. मंदाकिनीचे शव जिथे पडलेले होते तेथे पोलिसांनी खुणा करून ठेवलेल्या होत्या. संभाने खोलीमधील प्रत्येक गोष्टींचे अगदी बारकाईने निरीक्षण केले. प्रत्येक वस्तुंकडे तो एकटक असे बघत होता जणु त्या वस्तु त्याच्याशी काहीतरी बोलत आहेत. कुजबजुन त्याला खोलीमधील घडलेला प्रसंग सांगत आहेत. पश्चिमेकडील त्या खिडकीचे देखील त्याने अगदी बारकाईने निरिक्षण केले. खिडकीच्या बाजुलाच मंदाकिनीचे कुटंबासोबतचे दोन तीन फोटो अडकवलेले होते.

खोलीमधील दोन तिन वस्तुंचे नमुने त्याने सोबत घेतले आणि संभा तेथुन निघाला. एवढ्यात त्याला दरवाजात उभा दिसला तो मंदाकिनीचा नवरा सुशील. त्याने रागातच विचारले,

" कोण आपण? आणि दोनतीन वेळेस पंचनामा झालेला असताना देखील आपले येथे वारंवार येण्याचे काय काम?"

" हे बघा मी. सुशील आम्ही येथे पुन्हा पुन्हा काही मनोरंजनासाठी येत नाही. तुमच्या पत्नीचा येथे खुन झालेला आहे आणि आरोपीला शोधने हे आमचे कर्तव्य आहे. त्यामुळे येथे एकदा यायचे की दहा वेळेस तो आमचा निर्णय आहे."

सुशील अधिकच संतापाने म्हणाला,

" हाताशी रंगेहाथ सापडलेला आरोपी राठोड तुम्ही सोडुन दिला आणि त्याव्यतिरिक्त तुम्हाला कोण आरोपी दिसत आहे येथे?"

" आवाज खाली असुद्या मि. सुशील. जोपर्यंत खरा गुन्हेगार कोण आहे हे पुराव्यानिशी सिद्ध होत नाही तोपर्यंत माझ्या नजरेत सर्वच संशयित लोक हे आरोपीच असतात. गुन्हा सिद्ध झाल्यास यात कोणताच गुन्हेगार वाचणार नाही. मग तो मि. संजय राठोड असो किंवा स्वता तुम्ही."

संभाचे एवढे खडतर बोलणे सुशीलला अजुनच बोचले.

" कोणत्या पोलिस चौकीतुन आलात तुम्ही? नाव काय तुमचे? तुम्ही नवीनच कामावर रुजु झाल्याचे दिसुन येते आहे. कारण तुम्ही कुणासमोर बोलत आहात याची तुम्हाला जाणीव नाही.

" पोलिस कृष्णा. इंस्पेक्टर वाघ यांचा सहाय्यक पोलिस कर्मचारी. त्यांच्याच आदेशानुसार मी इकडे आलेलो आहे आणि गरज पडल्यास पुन्हा येईल."

" अच्छा इंस्पेक्टर वाघ. आमचाच कुत्ता आमच्यावरच भॉ. ठिक आहे बघुन घेतो वाघ कडे. तुझे आवरले आसेल तर जा तु."

असे म्हणत सुशील शेजारच्या खोलीमध्ये निघुन गेला. संभानेही त्याच्या पाठमोऱ्या आकृतीकडे बघुन स्मित केले आणि तेथुन चालता झाला.

घटनास्थळावरून आणलेल्या वस्तुंचे संभाने खुप बारकाईने निरिक्षण केले. बराच वेळ त्या गोष्टी तो टेबलवर ठेवून त्यांच्याकडे एकटक बघत होता. कसलातरी विचार करून तो टेबलवरून उठला. काहीतरी रसायने एकत्र करून त्याने त्या वस्तुंवर टाकले तसे थोड्याचवेळात त्याच्या डोळ्यांत एक कसलीतरीच चमक दिसु लागली. त्या वस्तु बाजुला ठेवुन देत संभा पुन्हा कसल्यातरी विचारांत गर्क होवुन गेला.

दुसऱ्या दिवशी संभाने आपली गाडी चालु केली आणि काहीसा विचार करून तो पुन्हा सुशीलच्या घराकडे निघाला. रस्यात त्याला एक सुंदर आणि मोठी रोप वाटिका दिसली. तशी त्याने गाडी थांबवली आणि रोपवाटीकेत गेला. तेथुन त्याने दोन रोपटे खरेदी केले. आणि पुन्हा प्रवासाला सुरुवात केली. रस्त्यात त्याला राठोडांचा मित्र केतनचे ध्यान आले. तसे त्याने कोटच्या खिशात ठेवलेली चिठ्ठी काढली आणि केतनचा पत्ता बघितला. त्याचे घर तेथुन फार दुर नव्हते. एक दोघांना विचारत संभा केतनच्या घरी पोहचला. तेथे त्याने केतनला स्वताची ओळख पटवुन देत इंस्पेक्टर राठोडांचा मित्र कृष्णा असल्याचे सांगितले. त्यानेही संभाचे स्वागत करत त्यास हस्तोदंलन देवुन घरात बोलावले. संभाने गाडीतुन फुंलाचे ते रोपटे घेतले आणि केतनला देत म्हणाला,

" ही माझ्याकडून छोटीशी भेटवस्तु तुमच्यासाठी. कृपया नाही म्हणु नका."

त्यानेही ती भेटवस्तु स्विकारली आणि अंगणातील इतर रोपट्यांजवळ नेवून त्या रोपट्याची कुंडी ठेवली. आणि दोघेही घरात बसले. काहीवेळ गप्पा मारल्यानंतर संभा केतनचा निरोप घेवुन निघाला.

थोडयावेळात संभा मंदाकिनीच्या घराजवळ पोहचला. काहीवेळ तो घराच्या जरा दुर अंतरावर गाडी उभी करून थांबला. त्या घरासमोरच रस्त्याला लागुन एक काचेचे सुशोभीत दोन मजली हॉटेल होते. हॉटेलच्या पार्किंगमध्ये गाडी उभी करून संभा हॉटेलच्या दुसऱ्या मजल्यावर जावुन बसला. तेथे त्याने जेवणाची ऑर्डर दिली आणि भरपेट जेवण केले. त्याची नजर सतत मंदाकिनीच्या घराकडेच होती. तो जेथे बसला होता तेथुन घराचे गेट आणि समोरचा बराचसा भाग दिसत होता. बराच वेळ तेथे घालवल्यानंतर संभा तेथुन उठला आणि गाडी चालु करून तेथुन निघाला. बराचसे अंतर पार करून संभा इंस्पेक्टर राठोडांच्या घरी पोहचला. संभाला आपल्या घरी आल्याचे बघुन राठोडांना आनंद झाला. त्यांनी संभाचे स्वागत करून त्याला आदराने घरात बोलवले. संभाने गाडीतुन एक सुंदर रोपटे काढले आणि राठोडांना भेट म्हणुन दिले. त्या रोपट्याकडे बघुन त्यांना आनंदच झाला. परंतु त्यांचा आनंद चेहऱ्यावर फार काळ टिकु शकला नाही. रोपट्याचा स्विकार करत ते म्हणाले,

" संभा सर, काय उपयोग आता ह्या सुंदरशा रोपट्यांचा? माझ्या मनातील फुल तर केव्हाच सुकुन गेले आहे."

संभा राठोडांना समजावत म्हणाला,

" इंस्पेक्टर साहेब ह्या जगात जन्म घेतलेल्या प्रत्येक गोष्टीला मरण हे अटळ आहे. मग तो मनुष्य असो प्राणी किंवा पशु पक्षी. तुम्ही असो किंवा मी दोघांनाही केव्हा ना केव्हा मृत्युला सामोरे जावेच लागणार नाही. त्यामुळे ह्या नाशिवंत शरिराचा मोह केल्यापेक्षा ह्याचा मोहत्याग करून घडलेल्या परिस्थितीला स्विकारून आनंदी राहण्याचा प्रयत्न करा. कदाचित तुमच्या हसण्याने तुमचे कोमजुन गेलेले फुल पुन्हा नव्याने बहरु लागेल."

संभाचे शब्द राठोडांच्या मनाला भुरळ पाडत होते. थोडावेळ का होईना राठोड सर्व दुख विसरून गेल्यासारखे वाटु लागले होते. किंचितसा त्यांचा चेहरा देखील खुलला होता. चेहऱ्यावर स्मित करत संभाचे आभार व्यक्त करीत ते म्हणाले,

" खरंच संभा सर तुम्ही मोजकेच बोलतात परंतु तुमचा एक एक शब्द अमृतासमान भासु लागतो. माझी समजुत घातल्याबद्दल मी तुमचा मनस्वी आभार व्यक्त करतो."

संभाने दिलेल्या रोपट्याच्या वरील प्लॅस्टिक आवरण काढुन त्यांनी ती रोपट्याची कुंडी अंगणात ठेवली आणि तिला पाणी टाकत म्हणाले,

“आज माझ्याकडे कसे काय येणे केले? मला निरोप पाठवीला असता तर मी आलो असतो तुमच्याकडे."

" मग भेटवस्तु कशी देता आली असती तुम्हाला? दुसरी गोष्ट म्हणजे रस्त्यातच तुमचे घर देखील लागले तेव्हा आठवणीने आलो इकडे. महत्वाचे काम म्हणजे मंदाकिनीचा पोस्टमार्टमचा रिपोर्ट इंस्पेक्टर वाघ यांच्याकडे आल्यास त्याची एक प्रत मला नक्कीच पोहचवा.”

" हो संभा सर. रिपोर्ट त्यांच्याकडे येताच त्याची प्रत मी स्वता तुमच्याकडे पोहच करेल."

" ठिक आहे. काळजी घ्या "

म्हणत संभाने राडोडांना हस्तोंदलन दिले आणि संभा निघुन गेला.

घरी आल्यानंतर संभा त्याच्या नेहमीच्याच खुर्चीत समोरील टेबलवर पाय टाकुन बसला. टेबलवरील पुस्तकांचे पाने चाळत सिगारेटचा धुर सोडत कितीतरी वेळ तो तसाच व्यस्त होता.

पहाटेच्या मंद वाऱ्याच्या थंड स्पर्शाने संभाला जाग आली. तसा तो खुर्चीतुन उठला. चोहीकडे हळुहळु पक्षांचा किलबिलाट सुरु झाला होता. दवबिंदुनी सर्व वृक्ष वेलींना अंघोळ घातली होती. समोरील गर्द झाडींना बाजुला सारून सूर्याची कोवळी किरणे तोंड बाहेर काढु बघत होती. ह्या सर्व नैसर्गिक मनमोहक वातावरणाचा संभाने काही काळ मनमुराद आनंद लुटला.

थोड्याचवेळात त्याने त्याची सर्व कामे आटोपली. टेबलवरील ती चिठ्ठी सोबत घेतली आणि त्या चिठ्ठीवरील पत्यावर पोहचला. सकाळचे दहा वाजले होते. सर्व लोक तहसील कार्यालयात रांगेने उभे राहुन सरकारी अधिकारी येण्याची वाट बघत होते. तेथील बऱ्याचशा सरकारी अधिकाऱ्यांसोबत संभाची ओळख होती. त्यामुळे कागदोपत्रांची बरिचशी माहिती संभाला मिळाली. आता बऱ्याचशा ग्रोष्टींचा बऱ्यापैकी उलगडा झाला होता. परंतु तरीही अजुन काही गोष्टी ह्या खुप विचार करण्यास भाग पाडत होत्या. संभाच्या डोक्यातील विचारचक्र हे कृष्णाच्या सुदर्शनाप्रमाणे अगणित गतीने फिरत होते. बराचसा विचार करून संभाने गाडी माघारी वळवली. विचारांचा गोंधळ डोक्यात ठोसे मारत होता. येणाऱ्या रस्त्याला काही अंतरावरतीच केतनचे घर होते. संभाने काहीसा विचार करून त्याच्या घराकडे गाडी वळवली. थोड्याच वेळात तो केतनच्या घराजवळ पोहचला. अंगणात गाडी उभी करून बऱ्याचदा त्याने हॉर्न वाजवले परंतु घरातून करलाही

प्रतिसाद आला नाही. समोरच अंगणात संभाने ते भेटवस्तु दिलेले सुंदर रोपटे इतर रोपट्यांजवळ तसेच आढळले. संभाने गाडीच्या खाली उतरून त्याचे निरीक्षण केले. जरावेळ केतनची वाट बघितली. परंतु त्याच्या येण्याचे कुठलेही संकेत न मिळाल्यामुळे संभा तेथून चालता झाला.

जवळपास दोन दिवस होवुन गेले असतील पहाटेच्या सुमारास दाराची बेल वाजली.

"या राठोड साहेब आत या. आपल्यासाठी दरवाजा नेहमीच उघडा आहे."

असे म्हणत इंस्पेक्टर राठोडांना संभाने आत येण्यास विनंती केली. दरवाजा ढकलुन इंस्पेक्टर राठोड आत आले. त्यांना आता पुरते कळुन चुकले होते की, आपण निम्म्या रात्री जरी आलो तरी संभा आपल्याला ओळखल्याखेरीज राहणार नाही. संभा खुर्चीत बसुन पुस्तक तोंडावर घेवुन बसलेला होता.

" बघु तो पोस्टमार्टम रिपोर्ट राठोडजी"

म्हणत संभाने आपला उजवा हात पुढे केला."

इंस्पेक्टर राठोडने हातातील पिशवीमधुन रिपोर्ट काढुन संभाच्या हातात दिला. संभाने त्या रिपोर्टवर एक नजर टाकली. आणि खुर्चितुन उठुन उभा राहिला,

“ म्हणजे माझे तर्क खरे ठरले तर ”

“ म्हणजे काय संभा सर?”

“ म्हणजे तुम्ही लवकरच ह्या केस मधुन निर्दोष मुक्त व्हाल राठोडजी आणि तुमच्या मंदाकिनीचा खुनी देखील लवकरच सापडेल ”

इंस्पेक्टर राठोडांच्या चेहऱ्यावर आनंदाची हलकिशी चमक दिसु लागली होती.

“ पण कधी होणार हे संभा सर? मला काल रात्रीच इंस्पेक्टर वाघ यांचा अरेस्ट वॉरंट मिळाला आहे. माझी त्यांचाशी ओळख असल्यामुळे थोडाफार विश्वास ठेवून त्यांनी मला कसेबसे हे तीन चार दिवस मोकळे सोडले होते. परंतु त्यांना वरिष्ठांचाही दबाव असल्यामुळे ते मला फार तर आजच्या दिवसाची मोकळीक देवु शकतात. उद्या कुठल्याही परिस्थितीत मला त्यांच्यापुढे उपस्थित रहावेच लागणार आहे. कारण सर्व पुरावे माझ्या विरोधात आहे.”

“ काळजी करू नका मि. राठोड. अजुन आपल्याकडे चोविस तासांचा कालावधी बाकी आहे. हा वेळ भरपुर झाला. मी तुम्हाला हातकडी लागु देणार नाही. निश्चिंत रहा.”

राठोडांना संभावर परिपुर्ण विश्वास होता. तसे त्यांनी संभाचे आभार देखील व्यक्त केले.

“ असे झाले तर तुमचा जन्मांतरीचा ऋणी राहिल मी संभा सर.”

" आरोपी पकडण्यासाठी तुम्हाला तुमचे काळीज देखील तेवढे घट्ट करावे लागेल राठोडजी."

" त्याची अजिबात काळजी नसावी संभा सर. गुन्हेगार हा माझ्यापुढे फक्त एक आरोपीच असतो. मग तो माझा सख्खा भाऊ असला तरी."

" अच्छा ठिक आहे मग. मला देखील तुमच्याकडुन हिच अपेक्षा होती. चला तर मग शोधुया आरोपीला."

म्हणत संभाने टेबलवरील कोट उचलुन डाव्या हाताच्या मनगटावर टाकला, पुस्तक उजव्या हातात घेतले आणि अंगणात उभ्या असलेल्या इंस्पेक्टरांच्या गाडीच्या दिशेने चालता झाला. राठोड देखील संभाच्या पाठोपाठ गाडीकडे गेले. गाडीत बसल्यावर राठोडांनी विचारले,

" सांगा सर, आपल्याला कुठे जायचे आहे?"

" राधानगरी."

" अरे व्वा. म्हणजे केत्याच्या घरी?"

कोट मागच्या सिटवर ठेवत संभा म्हणाला,

" मी फक्त राधानगरी म्हणालो राठोड साहेब."

" माफ करा सर."

म्हणत राठोडांनी गाडी राधानगरीच्या दिशेने प्रस्थान केली. हातातील पुस्तक उघडुन संभा ते वाचणात तल्लीन होवुन गेला. बऱ्याच वेळानंतर इंस्पेक्टर राठोडांनी गाडी उभी केली. संभा अजुनही पुस्तकच वाचत होता. त्याने एकदाही मान वरती करून इकडे तिकडे बघितले नाही. राठोड काही बोलण्याच्या आतच संभा पुस्तक वाचता वाचताच म्हणाला,

" राठोडजी अजुन दोन किमी अंतर गेल्यावर रस्त्याच्या उजव्या बाजुला एक मोठी रासायनिक प्रयोगशाळा लागेल. तेथे गाडी थांबवा."

इंस्पेक्टर राठोडांना आश्चर्य वाटले की जेव्हापासुन संभा गाडीत बसलेला आहे तेव्हापासुन त्याने एकदाही मान वर करून बघितले नाही, तरी देखील आपण कुठे पोहचलो हे संभाने कसे ओळखले? न राहवुन त्यांनी संभाला विचारले,

" माफ करा संभा सर जरा तुमच्या वाचनात व्यत्यय आणतो त्याबद्दल. परंतु आपण राधानगरीच्या कोणत्या ठिकाणी पोहचलो हे तुम्ही कसे ओळखले?"

पुस्तक वाचतच संभाने सांगितले,

" राठोड साहेब डोळे जरी पुस्तकात असले तरी नाक आणि कान मात्र सर्वत्र बघण्यास तत्पर आहेत. येथुन पाच किमी मागे रस्त्याच्या उजव्या बाजुला खुप मोठी सुंदर फुलांची बाग आहे. रस्त्याने जाताना किमान दहा मिनिटे तरी त्या

बागेचा सुंगध दरवळत असतो. त्यामुळे मागे तो सुगंध आला तेव्हाच मी ओळखले की आपण राधानगरीच्या अगदी जवळ आलेलो आहोत. त्यानंतर आता तुम्ही गाडी थांबवली तेथे उजव्या बाजुला कापडांची गिरणी होती. कारण तेथे धागे विणण्याचा खटखट आवाज चालु होता. तेथुन पुढे आपण ज्या प्रयोगशाळेकडे चाललेलो आहोत ते अंतर किमान दोन किमी इतके आहे. म्हणुन तुम्हाला म्हणालो की दोन किमी पुढे जावुन डाव्या बाजुला रासायनिक प्रयोगशाळा आहे तेथे गाडी थांबवा. आता जास्त काही प्रशंशा किंवा प्रश्न विचारू नका. गाडी थांबवा आपले ठिकाण आले आहे."

राठोडांना त्यानंतर प्रतिक्रिया देण्यास जरी वेळ मिळाला नसेल तरी संभाच्या बुद्धिकौशल्यावर ते किती खुष झाले होते ते त्यांच्या चेहऱ्यावरील हावभावांवरून स्पष्ट दिसत होते. रासायनिक प्रयोगशाळेच्या आत जाण्याअगोदर संभाने राठोडांना सांगितल्याप्रमाणेच इंस्पेक्टर राठोडांनी तेथील मॅनेजर कडुन मागील एका महिन्यात ज्या कुणी व्यक्तींनी कुठलेही रासायन निलेले असतील त्या सर्वांची यादी मागुन घेतली. थोड्याच वेळाच्या प्रतीक्षेनंतर आणि समोरील व्यक्ती स्वता इंस्पेक्टर असल्यामुळे मॅनेजरने ती महिनाभराची संपुर्ण यादी इंस्पेक्टर राठोडंकडे सुपुर्द केली. ती यादी संभाकडे देत राठोड म्हणाले,

" आता पुढे काय करायचे संभा सर?"

" आता थेट मंदाकिनीच्या घरीच जावुया राठोड साहेब."

" हो चला तर मग सर"

म्हणत राठोड गाडीत बसले. त्यांच्या पाठोपाठ ती यादी वाचत संभा देखील गाडीत बसला. दोघांचाही प्रवास मंदाकिनीच्या घराच्या दिशेने सुरु झाला. यादी काहीसी वाचुन झाल्यानंतर संभाच्या चेहऱ्यावर एक वेगळीच युद्ध जिंकल्याची चमक दिसु लागली होती. पुढील यादी न वाचताच त्याने ती यावी तशीच मागच्या सिटवर टाकुन दिली आणि अधुरे राहिलेले पुस्तक हातात घेवुन वाचण्यात गुंग होवुन गेला.

" गाडी सावकाश चालवा राठोडजी."

" माफ करा संभा सर. परंतु गाडी हळु चालवली तर आपणास पोहचण्यास फार उशीर होईल. कदाचित रात्र देखील होवु शकते."

" शिकार, चोर आणि गुन्हेगार हे नेहमी रात्रीच सापडतात राठोड साहेब. तुम्ही निश्चिंत रहा आणि आपण उशीराच पोहचु अशा वेगाने गाडी चालवा."

संभाच्या बोलण्याचे समर्थन करून राठोडांनी गाडीचा वेग कमी केला.

जेमतेम सहा सातच्या सुमारास मंदाकिनीच्या घराच्या जवळपास पोहचले.

" थांबा राठोडजी जरा वेळ चहापाणी घेवुया."

समोरील एका हॉटेलच्या दिशेने संकेत करीत संभाने गाडी थांबविण्यास इशारा दिला.

गाडीच्या खाली उतरताना संभा म्हणाला,

" चहा तर घेवुच राठोड साहेब परंतु त्या अगोदर एक महत्त्वाचे काम करा."

" कोणते काम सर?"

" इंस्पेक्टर वाघ यांना ह्या पत्त्यावर बोलावुन घ्या. त्यांना म्हणावे जातांना आरोपीला घेवुन जाण्याच्या तयारीतच यावे."

" ठिक आहे सर. त्यांना दुरध्वनी करून हा निरोप कळवितो."

इंस्पेक्टर वाघ यांना निरोप कळवुन संभा आणि राठोड त्यांच्या येण्याची वाट बघत हॉटेलमध्ये चहा पित बसले होते. एवढ्या दबावाखालील केस मधील आरोपी सापडणार हे कळताच इंस्पेक्टर वाघ देखील हातातील बाकीचे कामे सोडुन तात्काळ त्या पत्त्यावर हजर झाले. इंस्पेक्टर राठोडांना हस्तोंदलन करत त्यांनी विचारले,

" बोला राठोड कुठे आहे आरोपी? आणि कोण आहे तो?"

राठोडांना देखील ती गोष्ट माहिती नव्हती त्यामुळे त्यांनी संभाकडे बघितले. तसे संभा म्हणाला,

" त्याच आरोपीला घेण्यासाठी आपल्याला जायचे आहे. आमच्या गाडीमध्ये बसा."

प्रश्नार्थक चेहऱ्याने वाघ यांनी राठोडांकडे बघितले. वाघ यांना काय विचारायचे होते ते राठोडांनी ओळखले,

" मित्र आहेत माझे. काळजी करू नका. बसा गाडीत."

तिघेही गाडीत बसुन मंदाकिनीच्या घराकडे निघाले. तशी इंस्पेक्टर वाघ यांची गाडी काहीशा अंतरावर पाठोपाठच होती. तसे संभाने त्यांच्या चालकाला मागे येण्याची सुचना दिली होती. मंदाकिनीच्या घराजवळ गेल्यानंतर गेट पासुन काही अंतर मागेच संभाने गाडी थांबविण्याचा इशारा दिला.

" जरा वेळ येथेच गाडी उभी करा राठोडजी. आपल्याला फार काळ प्रतिक्षा करावी लागणार नाही."

थोड्याचवेळात घराचा गेट उघडला गेला आणि त्यातुन दोन इसम बाहेर आले. संभाने इंस्पेक्टर वाघ यांना काही सुचना दिल्या आणि त्यानुसारच पुढील गोष्टी झाल्या पाहिजे असे बजावले आणि आपण यात नक्कीच यक्षस्वी ठरू याची शाश्वती देखील दिली. थोडावेळ ते दोघेही एकमेकांच्या पुढे मागे चालत होती. नंतर

थोड्याशा अंधारात आणि वर्दळ कमी असणाऱ्या एका ठिकाणी ते दोघे थांबले. आजुबाजुचा अंदाज घेवुन त्यातील एका इसमाने दुसऱ्याच्या हातात एक पिशवी दिली आणि ते दोघेही वेगवेगळ्या दिशेने चालते झाले. तेवढ्यात संभाने वाघ यांना इशारा केला. ठरल्याप्रमाणे वाघ यांनी त्यातील एका इसमास तात्काळ पकडुन गाडी मध्ये खेचला. त्याचप्रमाणे राठोडांनी त्या दुसऱ्या इसमास दुसऱ्या गाडीत खेचला. संभाने सांगितल्याप्रमाणे दोन्ही गाडया एका विशिष्ट अंतरावर उभ्या केल्या. जेणेकरून कुणाचा आवाज एकमेकांपर्यंत पोहचण्यास नको. इंस्पेक्टर राठोड संभाकडे बघत म्हणाले,

" हा तर वॉचमन आहे."

" हो राठोड साहेब. हाच वॉचमॅन आहे."

राडोडांचा पारा फारच चढुन गेला. वॉचमॅनच्या कानाखाली लावुन त्याला विचारले,

" नालायका तु खुन केलास का?" वॉचमॅन भितीने थरथर कापत होता. तो हात जोडुन म्हणाला,

" नाही साहेब मी मॅडमचा खुन नाही केला. मी निर्दोष आहे साहेब."

" हातातील पिशवीत काय आहे बघु इकडे"

असे म्हणत राठोडांनी त्याच्याकडील ती पिशवी खेचून घेतली आणि उघडुन बघतो तर काय? त्यात सर्व सोन्याची नाणी होती. राठोडांची तळपायाची आग मस्तकात गेली.

" कुठुन आलेत एवढे नाणे तुझ्याकडे? बऱ्या बोलाने खरे सांग. नाहीतर अंगाची कातडी निघेपर्यंत मारेल तुला."

" माहिती नाही साहेब कुणी दिली. त्या व्यक्तिने काय दिले आहे हे सुद्धा मी बघितले नव्हते. त्याने सांगितले कि उद्या ही पिशवी सुशील कडे दे. म्हणुन मी ती घेतली साहेब. मला खरच माहिती नाहीये काही. मला जावुद्या साहेब मारू नका. मी गरिब माणुस आहे हो. मी नाही केला खुन."

संतापुन राठोडांनी वेताची काठी हातात घेतली. तेवढ्यात संभा म्हणाला,

" इंस्पेक्टर साहेब लाथों के भुत बांतो से नही मानते. परंतु लाथा याला मारून काहीच फायदा नाही. ती काठी माझ्याकडे दया. ज्या इसमाने याच्याकडे ही पिशवी दिली त्याची कातडी सोलतो."

राठोडांनी काठी संभाकडे दिली. रागाचा अविर्भाव आणतच संभा तेथुन जरा दुर उभ्या असलेला इंस्पेक्टर वाघ यांच्या गाडीकडे गेला. इकडे वाघ यांनी दुसऱ्या इसमाला वाजवुन पुरता काळा निळा केला होता. संभा गाडित बसल्यावर वाघ

म्हणाले,

" यास कितीही चोप दिला तरी देखील हा एक शब्द देखील बोलण्यास तयार नाही. काय बोलायचे ते माझा वकिल बोलेल असे म्हणतोय."

संभा हसरा चेहरा करून म्हणाला,

" वाघ साहेब याच्या वकिलाला बोलायची गरजच पडणार नाही. काय बोलायचे ते सर्व वॉचमन बोलला आहे."

हे ऐकुन तो इसम खुपच भयभीत झाला.

" छे. हे शक्यच नाही. तो काही बोलुच शकत नाही."

" का बोलु शकत नाही मिस्टर नारायणराव."

हे नाव ऐकुन तर त्याला घामच फुटला. तो घाबरतच म्हणाला,

" कोण नारायणराव? काय बोलताय तुम्ही? मी नाही ओळखत कुणाला. मला तुम्ही कितीही मारले तरी मी तुमच्याशी एकही शब्द बोलणार नाही. वाटतच असेल मी खुन केलेला आहे तर कोर्टात ते सिद्ध करून दाखवा."

" आमच्याशी बोलु शकत नाहीस हो रे?"

म्हणत इंस्पेक्टर वाघ यांनी त्याची कॉलर धरली.

" थांबा इंस्पेक्टर सोडा त्याला. आता तसेही तो काहीही बोलण्याची आवश्यकता नाही. याला इथेच बंद करा गाडीत आणि तुम्ही चला सोबत."

संभाने सांगितल्याप्रमाणे त्या इसमास गाडीत बंद करून वाघ साहेब संभा सोबत दुसऱ्या गाडीत बसलेल्या वॉचमॅनकडे आले. तेथे पोहचल्या बरोबर संभाने वाघ यांना वॉचमॅनला हातकडी लावण्याची सुचना केलेली होती. त्याप्रमाणे एकदम रागातच वाघ साहेबांनी वॉचमॅनला धमकावतच हातकडी लावली. वॉचमॅन भितीने थरथर कापत होता तो म्हणाला,

" काय झाले साहेब? काय चुकले माझे?"

संभा म्हणाला,

" खरा गुन्हेगार तुच आहेस हे पुर्णपणे सिद्ध झालेले आहे. कारण नारायणने तुझ्याबद्दल आम्हाला पुर्ण माहिती दिली आहे."

" काय माहिती दिली साहेब"

" हिच माहिती दिली कि मंदाकिनीला तु खिडकीतुन गोळी मारलीस. आणि त्याच्या मोबदल्यात तुला त्याने हे सोन्याचे नाणे दिले आहेत."

वॉचमॅन भितीने कापरा झाला होता. त्याचा दोन्ही डोळ्यांतुन गंगा यमुनेचा पुर ओसंडुन वाहु लागला होता. धाय मोकळून रडत तो म्हणाला,

" चुकी झाली हो साहेब चुकी झाली. खुप मोठा अपराध केला मी. पैशांचा मोह नाही आवरला मला नाही आवरला. ज्या मॅडमने मला एवढा जीव लावला मी तिचाच जीव घेतला. मी खुप मोठा अपराधी आहे."

हे ऐकताच राठोड साहेबांची तळपायाची आग मस्तकात गेली. त्यांनी एक जोरदार लाथ वॉचमॅनच्या छाताडावर मारली. त्यासरशी वॉचमॅनने रक्ताची उलटी केली.

" काय वाईट केले होते रे तुझे हरामखोर माझ्या मंदाकिनीने?"

असे म्हणत त्यांनी दुसरी लाथ देखील मारली.

" माफ करा हो साहेब,मारू नका मला. तसे करण्यास मला दुसऱ्यांनी परावृत केले होते. त्यात फक्त माझा दोष नाही. कृपया मारू नका."

" ठिक आहे तुला मारत नाही. परंतु जेही काही झाले ते एकदम खरे सांग नाहीतर तु आज मेलाच म्हणून समज."

क्रोधाने लालभडक झालेल्या राठोड साहेबांनी वॉचमॅनला तशी ताकिदच दिली.

" साहेब गेली विस वर्ष मी सुशील साहेबांच्या घराची पहारेदारी करत आलो आहे. ते लोक चांगले असो कि वाईट त्यांनी मला जीव लावला आणि त्यांचा माझ्यावर विश्वास देखील आहे. त्यांच्या घरी कोण येते? कोण जाते? याचा सर्व तपशील माझ्याकडेच असतो. कधी कधी मी सुशील साहेबांच्या खुप शिव्या खालेल्या आहेत. परंतु मंदाकिनी मॅडम मला नेहमीच सॉरी म्हणुन सुशीलला माफ कर, त्याचा राग सोडून दे असे समजावुन सांगत असत. सगळे काही सुरळीत चाललेले होते. एके दिवशी एक माणुस माझ्याकडे आला. तो माझ्याशी चांगला बोलला. त्यानंतर आम्ही नेहमीच भेटु लागलो. एके दिवशी मला पैशांची खुप गरज होती. त्यामुळे मी सुशील साहेबांकडे पैसे मागितले, तर त्यांनी पैसे तर दिलेच नाही, वरून

'चल भिकाऱ्या काम कर, सदानकदा नुसते पैसेच मागतो'

म्हणत मला तेथुन अपमानीत करून काढुन दिले. तो दिवस आजही जसेच्या तसे मला आठवतो. खुप वाईट वाटत होते आणि डोळ्यांत पाणी देखील होते. तेवढ्यात तो दररोज भेटणारा माणुस मला त्या दिवशी देखील भेटला. त्याने माझी विचारपुस केली असता मी देखील माझे मन त्याच्यापुढे हलके करून त्याला घडलेला सर्व प्रकार सांगितला. त्यावेळेस त्याने माझी समजुत काढत मला एक ऑफर दिली. ती म्हणजे मंदाकिनी मॅडमला संपविण्याची आणि त्याबदल्यात त्याने मला काही पैसे देवु करण्याचे आश्वासन दिले. परंतु त्याचा धिक्कार करत मी त्याची ती ऑफर धुडकावुन त्याला नाही म्हणुन सांगितले. तसे त्याने त्याच्या

हातातील भलेमोठे सोन्याचे कडे काढुन माझ्या हातात टेकवले. मी काही काळासाठी शांत झालो. सोन्याच्या एका काडीलाही आजपर्यंत कधी स्पर्श न करणारा माणुस मी त्या दिवशी एवढे सोने बघुन उल्लासित झालो. तरीदेखील कुणाची हत्या करण्यास मन धजावत नव्हते. मी नकारअर्थी काही बोलणार तितक्यात तो म्हणाला,

‘ एवढे तर तुला फक्त एक मित्र म्हणुन देवुन टाकले. तु जर तेवढे काम केले तर तुला मोजता येणार नाही एवढे सोन्याचे नाणे तुला देईल. त्यानंतर तुला आयुष्यभर कुणाचा गुलाम म्हणुन राहण्याची वेळ येणार नाही. बघ आयुष्यात संधी एकदाच मिळते. तु नाही केले ते काम तर दुसरे कुणी ना कुणी करणारच आहे. निर्णय तुझा आहे.’

भविष्याचा विचार करून मी त्याची ऑफर स्विकारली आणि तेव्हापासुन मंदाकिनी मॅडमचा पाठलाग करू लागलो. त्या जेथे कुठे जातील तेथे त्यांच्या मागावर मी असायचो. त्या दिवशी मॅडम तुमच्याकडे आल्या होत्या त्या दिवशी देखील मी त्यांचा पाठलाग करीत होतो. तुमचे रेल्वे स्थानकावर काहितरी बोलणे झाले आणि त्यानंतर तुम्ही घाईतच तेथुन निघुन गेले. परंतु तुमची बंदुक तेथेच टेबलवर विसरले आणि तिच माझ्यासाठी सुवर्णसंधी ठरली. मी तेथेच विचार केला की ह्या बधुंकीने जर मी मॅडमचा खुन केला तर त्याचा आळ देखील तुमच्यावरच येणार. तुम्ही मॅडमला भेटायला येणार आहात हे तुमच्यातले बोलणे देखील मी ऐकले होते. हत्येचा संपूर्ण आराखडा तेव्हाच माझ्या डोक्यात तयार झाला होता. मी वाट फक्त योग्य वेळेची बघत होतो. ती योग्य वेळ तुमच्या रुपाने त्या दिवशी हजर होती. तुम्ही मॅडमच्या खोलीमध्ये असतांना जर खुन झाला तर आरोप हा तुमच्यावर येणार हे मला माहिती होते. कारण मी खुन देखील तुमच्याच बंदुकिने करणार होतो. तुम्ही पायऱ्या चढुन मंदाकिनी मॅडमच्या खोलीमध्ये जात होता त्यावेळेस मी इमारतीच्या मागच्या बाजुने असलेल्या पाईपांना पकडुन वरती येत होतो. मी वरती येवुन मागच्या खिडकीतुन किंचितसे डोकावुन बघितले त्यावेळेस तुम्ही मला खोलीमध्ये दिसले नाही. मॅडम टेबलवर ठेवलेल्या रोपटयाच्या कुंडीला पाणी टाकत होत्या. परंतु त्यांचे लक्ष खिडकीच्या दिशेने जास्त होते म्हणुन मी जरा वेळ खिडकीच्या खालीच पाईपाला पकडुन उभा राहिलो. थोड्यावेळाने पुन्हा खिडकीतुन डोकावलो तेव्हा मला त्या देव्हाऱ्याजवळ दिसल्या. काय करत होत्या किंवा काय नाही हे बघण्यास माझ्याकडे वेळ नव्हता. मी पटकन बंदुक काढली आणि पाठोपाठ दोन गोळ्या झाडल्या आणि बंदुक खोलीमध्ये टाकुन मी सरसर खाली उतरलो. एवढ्यात कसलातरी आवाज झाला म्हणुन काय झाले हे

बघण्यास मी मुद्दाम जरा उशीराच वरती आलो. परंतु येताना सर्व कामकारांना देखील घेवुन आलो. कारण मला तेथे तुमची बंदुक दाखवुन तुम्हीच खुन केल्याचा आरोप तुमच्यावर लावायचा होता परंतु आम्ही वरती आलो तोपर्यंत तेथे बरेच काही घडलेले होते आणि तुम्ही देखील बंदुक घेवुन बाहेर येतांना दरवाजामध्येच तुम्हाला सगळ्यांनी बघितले. मी ठरविले त्यापेक्षा कितीतरी पटीने माझा प्लॅन पुर्णपणे पुर्णत्वास गेला होता. मी मनोमन खुप खुष होतो. मला आज माझ्या कष्टाचे फळ देखील मिळाले होते. परंतु दुर्दैव माझे मी आज पकडल्या गेलो आणि भविष्यच अंधकारमय करून घेतले."

राठोड हताश होवुन बसले होते. इंस्पेक्टर वाघ यांनी विचारले,

" ज्याने तुला हे काम दिले त्याला तु कधी त्या मागचे कारण विचारले नाही का?"

" विचारले होते साहेब परंतु त्याने कामाशी काम ठेवण्यास सांगितले आणि मी देखील ते कारण कधी महत्त्वाचे समजलो नाही."

" आता ज्याने तुला हे सोन्याचे नाणे दिले तोच व्यक्ती आहे का तो?"

" हो साहेब तोच आहे."

इंस्पेक्टर वाघ यांच्यासोबत आलेल्या दोन पोलीस कर्मचाऱ्यांस वाघ साहेब म्हणाले,

" घ्या रे ह्या दोन्ही पण हरामखोरांना सोबत यांना चांगलाच धडा शिकवु आपण पोलिस चौकीमध्ये."

पोलिसांनी आदेशाचे पालन करून दोघांनाही गाडीमध्ये बसवले. त्या दुसऱ्या इसमाकडे बघत राठोड म्हणाले,

" काय नारायणराव बऱ्या बोलाने कोण आहात ते आणि खुन करवुन आणण्या मागचे कारण सांगता की सच्ची बोल बाबा दाखवण्याची गरज आहे तुला?"

" राठोड साहेब एवढ्या साऱ्या प्रकरणाची माहिती तुम्ही काढलीच आहे तर मी कोण आणि खुन का केला हे देखील तुम्हीच शोधा. या व्यतिरीक्त अन्य काही बोलायचे असल्यास ते माझ्या वकिला सोबत बोला."

तिरस्कारपुर्वक शब्दात त्या इसमाने उत्तर दिले.

" हरामखोर "

म्हणत कमरेची बंदुक काढुन त्यावर राठोडांनी रोखुन धरली परंतु त्यांचा हात धरून संभाने त्यांना बंदुक चालवण्यापासून रोखले.

" शांत व्हा राठोड साहेब जावुदया त्याला."

म्हणत संभाने राठोडांना शांत करण्याचा प्रयत्न केला परंतु राठोड काही केल्या शांत होत नव्हते. तेव्हा संभा जरा ठणकावुनच राठोडांना म्हणाला,

" राठोड साहेब ज्यावेळेस खरा गुन्हेगार तुमच्या समोर असेल त्यावेळेस मी देखील तुम्हाला बंदुक चालवण्यापासुन रोखणार नाही. आता तुम्हाला फक्त इतकेच सांगतो की ह्या दोघांना पोलिस चौकिकडे जावुद्या."

इंस्पेक्टर वाघ यांनी पोलिसांना तशी सुचना करताच त्या दोघा आरोपींना घेवुन ते पोलिस चौकीकडे रवाना झाले.

इंस्पेक्टर राठोड आणि वाघ साहेब दोघेही गोंधळात पडुन प्रश्नार्थक चेहऱ्याने संभाकडे बघु लागले.

" काय बोलता आहात तुम्ही संभा सर? खरे गुन्हेगार तर हेच दोघे आहेत. मग तुम्ही असे का म्हणालात?"

राठोडांनी संभाला विचारले.

" राठोड साहेब गुन्हेगार तर हे दोघे आहेतच त्याबद्दल माझे काहीही दुमत नाही. परंतु खरा गुन्हेगार हा दुसराच आहे."

" गुन्हेगार आणि खरा गुन्हेगार ही नेमकी काय गोम आहे आम्हाला कळु शकेल का संभा सर."

इंस्पेक्टर वाघ यांनी बुचकळ्यात पडल्यासारखे संभाला विचारले.

" ही काय गोम आहे हे बघण्यासाठी आपल्याला राधानगरीला जावे लागेल वाघ साहेब. उशीर होण्याच्या आधी आपण तिकडे निघालो तर बरे होईल."

त्या दोघांनीही संभाच्या बोलण्याला समर्थन दर्शवले आणि तिघेही राधानगरीकडे कुच झाले. काही वेळाच्या प्रवासानंतर आता ते राधानगरीत पोहचले होते. संभाकडे बघत राठोड साहेबांनी विचारले,

" आता आपल्याला कुठे जायचे?"

" राठोड साहेब येथे आल्यानंतर सर्वप्रथम तुम्हाला ज्या व्यक्तिचे ध्यान येते तेथे जावुया."

" अरेव्वा म्हणजे केत्याच्या घरी?"

काहीशा आनंदातच राठोड म्हणाले.

" हो तिकडेच."

म्हणत संभाने होकारदर्शी मान हलवली. थोड्याच वेळात तिघेही केतनच्या घरी पोहचले. अंगणातुन जात असताना संभा मधेच जरा वेळ थांबला.

" काय झाले संभा सर?"

राठोडने विचारले.

" काही नाही राठोडजी परंतु तुम्हाला येथील सर्व रोपटी हिरवीगार आणि यातले ते एक रोपटे सुकलेले नाही वाटत का?"

" हो खरे आहे तर तुमचे संभा सर. परंतु हे सर्व पटकन ध्यानात येण्यास तुमच्या सारखी तल्लख निरिक्षण बुद्धी नाही ना आमच्याकडे."

असे जरा हसतच राठोडांनी उत्तर दिले. संभानेही त्यावर किंचितसे अनैसर्गिक स्मित केले आणि ते केतनच्या घराच्या दरवाजाजवळ येवुन ठेपले. दोन तीन वेळेस बेल वाजवल्यानंतर केतनने दरवाजा उघडला.

" संज्या तु आणि एवढ्या उशीरा कसा आलास? ये आत."

आंगतुक पाहुणे आल्यास जसे घर मालक बळच स्वागत करतो त्याप्रमाणे त्याने स्वागत करून सर्वांना आत बोलवले.

" काय रे केत्या तुझी तब्बेत बरी नाहीये का? नाराज दिसतोय तु."

राठोड साहेबांनी काळजीपूर्वक शब्दात विचारले.

" पोलिसांना पाहुन गुन्हेगारांची तब्बेतच बिघडते राठोड साहेब."

संभाने मध्येच हसुन उत्तर दिले. क्षणात केतनचा चेहराच पडला,

" म्हणजे काय म्हणायचे आहे तुम्हास मि. कृष्णा. मी गुन्हेगार वाटतो का तुम्हांस? तुम्ही संज्याचे मित्र आहात आणि यापूर्वी देखील आपण भेटलो आहोत म्हणुन तुमचा मान ठेवतो. नाहीतर केव्हाच बाहेर हाकलुन लावले असते."

" अरे केत्या तु काय बोलतो आहेस कळतेय का तुला? एवढ्याशा मजाक वरून तु एवढा हायपर का होतो आहेस? आणि ते म्हंटले म्हणुन काय तु लगेच गुन्हेगार झालास का?"

" बरं ते जावुदया केतन साहेब. टेबलवर नवीनच व्हिजा पडलेला दिसतोय. कुठे फॉरेनला जाण्याचा विचार आहे की काय?"

संभाने विचारले.

" तुम्हाला काय पडले आहे त्याच्याशी. मी कुठे का जाईना."

तिरस्कारपूर्ण शब्दांत केतन बोलला.

" नाही ते कसे आहे बरेच गुन्हेगार खुन करून बाहेरच्या देशात पळुन जातात ना म्हणुन सहज विचारले."

मिस्किलतेने संभा म्हणाला.

खुर्चीवरून धाडकन उठुन केतन राठोडकडे बघुन म्हणाला,

" हे बघ संज्या. तु माझा जुना दोस्त आहे म्हणून इतका वेळ मी शांत आहे. ह्यापुढे हा एक जरी शब्द बोलला तरी मी विसरून जाईल की आपण दोस्त होतो."

" हो जसे मंदाकिनीला विसरला तु होय ना?" संभाने लगेच पुढचा प्रश्न केला.

" हो तसेच करेल मी."

संभाकडे बघत राठोड म्हणाले,

" संभा सर नेमके काय म्हणायचे आहे तुम्हाला? केतन हा माझा जीवलग मित्र आहे."

" तुमच्यासाठी हा जिवलग आहे राठोड परंतु याच्यासाठी तुम्ही फक्त एक ओळखमात्र आहात. आणि माझा नियम तुम्हाला चांगलाच माहिती आहे राठोड साहेब. कुणी माझ्या बोलण्यामधे हस्तक्षेप करणे आणि माझ्या तर्काबद्दल आक्षेप घेणे मला मुळीच पसंद नाही."

" माफ करा संभा सर चुक झाली माझ्याकडुन. पुन्हा असे नाही होणार."

छातीला हात लावुन केतन कसेतरी करू लागला. तो अटकतच राठोडांना म्हणाला,

" बेडरूम मध्ये माझ्या गोळ्या आहेत तेवढ्या घेवून येतो."

राठोडांनी देखील त्यास लवकर आण असे सांगितले. पाच दहा मिनिटे होवुन देखील केतन येण्याचे कुठलेच चिन्हे दिसत नव्हती. तेव्हा संभा म्हणाला,

" राठोड चला तुमच्या मित्राच्या प्रयोगशाळेत तेथे तुम्हाला बराच प्रकार कळेल."

हे तिघेही केतनच्या घरामधील त्याने बनविलेल्या प्रयोगशाळेच्या दरवाजात गेले. समोर बघतो तर केतन तेथील सर्व रसायनांच्या बाटल्या परसात फेकत होता. त्याच्या अंगाला टरटरून घाम फुटलेला होता.

" हे तु काय करतो आहेस केतन?"

राठोडांनी केतनला आवाज दिला. दरवाजात उभ्या असलेला ह्या दिघांना बघुन केतन पुर्णपणे घाबरला. त्याला काय करावे हेच सुचेना. शेवटी त्याने मागील बाजुची मोठी खिडकी उघडली आणि त्यातुन बाहेर जाण्याचा प्रयत्न करू लागला. तेवढ्यात इंस्पेक्टर वाघ यांनी त्यास पकडुन आत खेचले आणि त्याच्या पेटाडात दोन तीन लाथा घातल्या.

इंस्पेक्टर राठोडांनी वाघ यांना थांबवले. आणि केतनला उठवत संभाकडे बघुन म्हणाले,

" येथे नेमके काय घडतेय ते कृपया मला कळेल का संभा सर?"

" हे काय घडतेय ते ऐकण्याची हिम्मत आहे का तुमच्यात राठोड साहेब?"

संभाने राठोडांना प्रतिप्रश्न केला.

" तुम्ही जेही सांगाल ते खरेच असेल संभा सर आणि सत्य ऐकण्यास राठोड नेहमीच सज्ज असतो. जे काही असेल ते स्पष्टपणे सांगा संभा सर."

“ ठिक आहे राठोड साहेब. काही वेळेपुर्वी नारायणवर जी बंदुक तुम्ही रोखुन धरली होती ना तर त्या गोळीचा मुख्य अधिकारी हा तुमचा मित्र केतन आहे. कारण हाच मंदाकिनीचा खरा गुन्हेगार आहे.”

एवढे ऐकताच राठोडांच्या पायाखालची जमीनच सरकली. क्षणभर काय चालु आहे याचे भान सुद्धा त्यांना राहिले नाही. परंतु मंदाकिनीचा खुनी केतन आहे हे ऐकल्यावर राठोड साहेब लालबुंद झाले. संतापाच्या भरात त्यांनी बंदुक काढुन केतनवर रोखुन धरली, “ केत्या हरामखोरा सख्खा भाऊ समजायचो रे तुला आणि तुच असे केलेस?”

इतका वेळ भितीने थरथर कापत असलेला केतन अचानक मोठमोठ्याने हसु लागला.

“ व्वा रे तुझी दोस्ती संज्या. मानले तुला हरामखोरा. पुर्ण कॉलेज संपेपर्यंत तुझ्यामागे भावासारखा उभा राहिलो मी आणि आज माझ्यावरच बंदुक रोखतोय साल्या. कळाली तुझी दोस्ती. आणि हो आयीनस्टाईन मिस्टर संभा का बिंबा तुला तुझ्या तर्कांवर आणि ज्ञानावर एवढाच घमंड असेलना तर सिद्ध करून दाखव खुन मीच केलेला आहे ते. शपथ घेवुन सांगतो ह्या संज्याची गोळी वाया जावु देणार नाही.”

“ ठिक आहे केतनराव आणि मला देखील तुमच्यावर पुर्ण विश्वास आहे तुम्ही जे बोलला आहात तो शब्द पाळाल. ज्या दिवशी राठोड साहेबांनी मला पुर्ण घटना सांगितली त्या दिवशी मला तुझ्याबद्दल जास्त नाही परंतु किंचितसी शंका आली होती. कारण राठोड साहेब मंदाकिनीला भेटण्याच्या अगोदरचा शेवटचा व्यक्ती तु होतास. त्यामुळे तुझा देखील पत्ता मी त्याच दिवशी राठोड साहेबांना नमुद करण्यास सांगितला होता. राठोड साहेबांनी सांगितलेल्या कहानीचा संपूर्ण घटनाक्रम मी कितीतरी वेळेस पुन्हा पुन्हा नजरे खालुन घातला. त्यावेळेस माझ्या समोर तु सोडुन दोन महत्त्वाचे विलन उभे होते. ते म्हणजे एक स्वता मंदाकिनीचा नवरा सुशील आणि दुसरा म्हणजे ड्रग स्मगलिंग करणारा तो व्यक्ती जो की सुशीलच्या घरच्यांना मारण्याची धमकी देवुन गेला होता तो. हा झाला होता माझा प्राथमिक अंदाज परंतु घटनास्थळी जावुन याची पुर्तता करावी यासाठी दुसऱ्याच दिवशी मी मंदाकिनीच्या घरी गेलो. तिच्या खोलीचे मी अगदी बारकाईने निरीक्षण केले. राठोड साहेबांनी सांगितलेला सर्व घटनाक्रम मी तेथे पुन्हा पुन्हा जुळवुण बघितला. माझ्या डोक्यात दोन प्रश्न घर करू लागले होते. गोळी आधी मारली गेली की आधी मंदाकिनीच्या कपड्यांना आग लागली. अगोदर आग लागली म्हणावी तर मंदाकिनी जीव वाचविण्यासाठी निश्चित बाहेर पळाली असती किंवा

किंचाळली तरी असती. अगोदर गोळी लागली असती तरी गोळी पाठीमागुन स्पायनल कॉर्डला न लागता आतड्यांना लागलेली होती. त्यामुळे राठोड साहेब तेथे पोहचेपर्यंत मंदाकिनी काही काळ जिवंत असती. या दोन्हीही गोष्टी माझ्या डोक्यात खटकु लागल्या होत्या. या व्यतिरीक्त तिसरी कोणती गोष्ट असु शकेल का? याचा मी विचार करू लागलो. तेवढ्यात मला तेथे भिंतीवर मंदाकिनीचे काही फोटो दिसले. त्यात मंदाकिनी एका व्यक्तिला राखी बांधत होती आणि तिच्या आणि त्या व्यक्तिच्या चेहऱ्यांत देखील बरेचसे साम्य होते. त्यावरून तो नक्कीच मंदाकिनीचा भाऊ असणार हे मी त्याच क्षणाला ओळखले होते. परंतु त्याच्या हातातील ते मोठे सोन्याचे कडे मला विचार करण्यास भाग पाडु लागले. मी तसेच एक कडे वरती येण्याच्या अगोदर वॉचमॅनच्या हातात बघितले होते. त्या गोष्टीचा तपास घेणे हे फार महत्त्वाचे होते. कारण मी जाताना आणि खोलीमधील पुर्ण निरीक्षण करून आलेलो असताना देखील एक व्यक्ती पाठमोऱ्या आकृतीने वॉचमॅन सोबत बोलत होता. त्या व्यक्तीच्या शरिराची जडणघडण आणि फोटोमधील व्यक्तिची सुपरेखा ही अगदी मिळतीजुळती होती. तेथेच मी ओळखले होते की डाळ मे कुछ काळा नही पुरी डाळ ही काळी है. मी तेथुन निघालोच होतो तेवढ्यात कोपऱ्यात अर्धवट जळालेले फुलाचे रोपटे दिसले. मी ते रोपटे, आजुबाजुला पडलेली माती आणि कुंडीचे तुटलेले काही तुकडे खिशात टाकले आणि घरी आल्यावर त्याचे व्यवस्थित निरीक्षण केले. आणि त्या निरीक्षणाच्या अंती अजुन एक किचिंतशी शंका असलेला विलन केतनराव तुम्ही समोर येवु लागलात. कारण निरिक्षणामधे मला दोन आतिशय घातक रसायने सापडली. जे की एका व्यक्तीस मारण्यासाठी पुरेशी होती. ती म्हणजेच सायनाईड आणि सोडिअम मेटल. बरोबर ना सांयटिस्ट मिस्टर केतनराव.?"

केतनचा गळा आता पुरता कोरडा पडला होता. त्याने भितीनेच होकार अर्थी मान हलवली . टेबलवरील पाण्याची बाटली संभा त्याच्या हातात देत म्हणाला,

" डोण्ट वरी मॅन. नाही विचारत प्रश्न. बी रिलॅक्स. ज्या दिवशी राठोड मंदाकिनीच्या घरी जाताना तुझ्याकडे आले आणि त्यांनी मंदाकिनीला भेटायला चाललो हे तुला सांगितले तेव्हाच तुझ्या डोक्यात विचारचक्र सुरू झाले आणि तु एक रोपटे भेटवस्तु दे असे राठोडांना सुचविले. राठोडांना घरात बसवुन रोपटे आणण्यासाठी तु गच्चीत गेलास. ते तुझ्या ह्या प्रयोगशाळेतील दोन घातक रसायने घेवुन. बऱ्याच प्रमाणात सोडिअम मेटल बारिक बारिक छिद्रे केलेल्या प्लॅस्टिकच्या पिशवीत तु भरलेस. ती पिशवी तु कुडींच्या तळाशी मातीत पुरली जेणेकरून ती कुणाच्याही लक्षात आली नाही. त्यानंतर तु अतिशय जास्त

प्रमाणात सायनाईड त्या रोपट्याच्या सुंदर फुलांना लावले आणि त्याचा इफेक्ट दुसरा कुठे होवु नये म्हणून त्यावरून प्लॅस्टिकचे आवरण लावले आणि ती प्राणघातक कुंडी तु भेटवस्तु म्हणुन दिली.

राठोड साहेबांनी सांगितलेल्या घटनाक्रमानुसार ते मंदाकिनीला भेटुन बाहेर निघाले तेव्हा त्यांनी रोपट्याला पाणी घालण्याची आठवण देखील मंदाकिनीला करून दिली. थोड्यावेळाने मंदाकिनीने त्या रोपट्याला भरपुर पाणी घातले. रोपट्याचे सुंदर फुले बघुन तिला त्यांचा सुगंध घेण्याचा मोह आवरला नाही आणि तिने त्याच्यावरील प्लॅस्टिकचे आवरण काढुन फुलांचा सुंगध घेतला. त्याचबरोबर अतिशय घातक असे सायनाईड तिच्या शरिरात गेले. पुढील काही सेंकदातच तिला चक्कर आले आणि तोल जावुन ती देव्हाऱ्यावर पडली आणि साईनाइडच्या रसायनामुळे पुढील काही मिनटातच कार्डियाक अरेस्ट येवुन तिचे हृदय बंद पडले आणि तिचा मृत्यु झाला.आणि ह्याच वेळेला वॉचमॅनने मंदाकिनीला पाठीमागुन गोळी मारली. गोळी लागण्याच्या अगोदरच सायनाईड मुळे मंदाकिनीचा मृत्यु झालेला होता त्यामुळे गोळी लागल्यानंतर तिचा किंचाळण्याचा आवाज आलाच नाही. ह्या सर्व गोष्टी दोन ते तिन मिनिटांच्या आत झाल्या. तोपर्यंत मंदाकिनीने रोपट्याला घातलेले पाणी मातीतुन झिरपुन तळात लॅस्टिकच्या पिशवीत असलेल्या सोडिअम मेटल पर्यंत पोहचले. पाणी आणि सोडिअम मेटल एकत्र आल्यानंतर त्यातुन हायड्रोजन गॅस मोठ्या प्रमाणात तयार झाला. हायड्रोजन हा ज्वलनशील असल्यामुळे ऑक्सिजनच्या संपर्कात येवुन त्याचा स्फोट झाला आणि मंदाकिनीच्या कपड्यांना आणि तेथील वस्तुंना आग लागली. त्याच स्फोटाचा आवाज ऐकुन राठोड साहेब मंदाकिनीच्या खोलीकडे पळाले.

माझ्या तर्कशास्त्रानुसार इथपर्यंतच्या सर्व गोष्टी अगदी हुबेहुबच घडलेल्या होत्या. परंतु अजुनही काही प्रश्न डोक्यात गरागर फिरत होते. परंतु तो घडवुन आणला ती व्यक्ती राठोड साहेब स्वता आहेत कि केतन. कारण जोपर्यंत मी गुन्ह्याच्या शेवटपर्यंत पोहचत नाही तोपर्यंत त्यातील एक ना एक व्यक्ती माझ्या नजरेत गुन्हेगारच असतो. राठोड आणि केतन या दोघांतुन मुख्य गुन्हेगार कोण? हे सुनिश्चित करण्याकरीता मी सेम दोन रिंचोस्टाइलीश रोपटे घेतली. जे की राठोड साहेबांनी सांगितल्याप्रमाणे त्यांना ते रोपटे केतनने मंदाकिनीला भेटवस्तु देण्याकरता दिले होते. त्या दोन्ही रोपट्यांच्या फुलांना मी प्लॅस्टिकचे आवरण लावलेले होते. एक रोपटे मी केतनला भेट म्हणुन दिले. ते त्याने माझ्याकडुन घेवुन पटकन दुर अंगणातील झाडाजवळ ठेवुन दिले. त्यानंतर मी मंदाकिनीच्या घरासमोरील हॉटेलमध्ये दिवसभर बसलो. ते त्या वॉचमॅन कडे कोण येते हे

बघण्यासाठी. तेव्हाच मी अजुन एक व्यक्ती महागडया गाड्यांच्या ताफ्यात सुशीलला भेटताना येण्यासाठी बघितला. सुशीलने त्याला पुन्हा गेटपर्यंत सोडुन त्याच्याशी गळाभेट घेतली. तेव्हाच लक्षात आले की हा तो ड्रग स्मगलर आहे जो सुशीलला मारण्याच्या धमक्या देवुन गेला होता. परंतु त्याने जर मंदाकिनीला मारले असते तर सुशीलचे आणि त्याचे टोकाचे भांडणे झाले असते. परंतु ते दोघेही खुष दिसले. त्यावरून तो ड्रग स्मगलर आणि सुशील विलनच्या यादीतुन हद्दपार झाली होती.

थोडयावेळाने वॉचमॅनला भेटण्यासाठी एक व्यक्ती आला. त्याचवेळेस मी घाईनेच त्या गेटच्या जवळ उभे राहून त्या दोघामधील चर्चा ऐकण्याचा प्रयत्न केला परंतु त्यातुन मला फार किंचीतसे ऐकु आले. तो इसम वॉचमॅनला सांगत होता की,

‘ परवा कागदपत्रांचे सर्व कामे आटोपणार आहेत. ठरल्याप्रमाणे तुझे तुला सात वाजेपर्यंत आणुन देईल.’

तो व्यक्ती कोण होता हे बघण्यासाठी मी त्याचा पाठलाग केला. शेवटी काही असलेल्या त्याच्या गावापर्यंत पोहचलो. तेथे चौकशी केल्यानंतर कळाले की, तो व्यक्ती दुसरा कुणी नसुन मंदाकिनीचा भाऊ नारायणराव आहे. मंदाकिनीच्या वडिलांनी मरण्याच्या अगोदर सर्व संपत्ती ही तिच्या नावावर केलेली होती. कारण नारायणरावाला पहिल्यापासूनच भरपुर वाईट वळणे लागलेली होती. त्यामुळे ही संपत्ती मंदाकिनीकडे सुखरूप राहिल याची त्यांना खात्री होती आणि त्या संपत्तीवरूनच त्या दोघा भाऊ बहिणीचे वाद विकोपाला गेलेले होते.

मी याची खात्री करण्याकरता तहसील कार्यालयात देखील जावुन तपासणी केली. तेथील काही वरिष्ठ अधिकारी माझ्या ओळखीचे असल्यामुळे काही महत्त्वाचे दस्ताऐवज बघण्यास मिळाले त्यावरून लोकांचे सांगणे हे खरे होते याची खात्री पटली. कारण वडिलांच्या नावावरून संपत्तीचे हस्तांतरण हे मंदाकिनीच्या नावावर झालेले होते आणि मंदाकिनीच्या मृत्यु उपरांत त्या प्रॉपटीचे हस्तांतरण स्वताच्या नावावर करण्याकरता गेली पाचसहा दिवस नारायणराव तहसिल कार्यालयाच्या पायऱ्या झिजवत होता. मंदाकिनीला संपविण्यामागचा नारायणरावचा उद्देश लक्षात आला होता. ही माहिती मिळविल्यानंतर राठोड मी थेट तुमच्या घरी आलो होतो आणि भेटवस्तु म्हणुन तुम्हाला मी एक रिंचोस्टाईलीश रोपटे देखील दिले होते. ते हातात घेताच तुम्ही त्याच्यावरील प्लॅस्टिक काढुन त्या रोपट्याला पाणी देखील टाकले. तेव्हाच माझा संशय दुर झाला होता की ते रोपटे खरोखरच केतनने तुमच्याकडे दिले होते. कारण तुम्हाला

त्या रोपट्यासंबधीच्या प्लॅन बद्दल माहिती असती तर तुम्ही त्या रोपट्याला पाणी घालण्याची हिम्मत केलीच नसती. जी हिम्मत केतनने अजुन देखील केलेली नाही. रोपटे सुकुन गेले परंतु त्याने पाणी घातले नाही आणि सायनाईडच्या भितीने त्याच्या फुलांवरील प्लॅस्टिक कागद देखील काढला नाही. हे मी त्याच दिवशी ओळखले होते. परंतु आता बाहेर अंगणात आल्यानंतर त्याची पुन्हा खात्री करून घेतली. आणि त्या सुकलेल्या रिंचोस्टाईलीश रोपट्यानेच मला खऱ्या गुन्हेगाराची ओळख पटवुन देण्यास मदत केली. पोस्टमार्टम रिपोर्टची मागणी मी केवळ यासाठी केली होती की, खरा आरोपी नेमका कोण, रोपटे देणारा की गोळी मारणारा?"

" ते कुठे असते पोस्टमार्टम रिपोर्ट मध्ये संभा सर? रिपोर्ट तर मी देखील बघितले."

मध्येच वाघ साहेबांनी प्रश्न केला.

" प्रत्येक गोष्ट काहीना काही माहिती देत असते वाघ साहेब. फक्त ती माहिती बघण्याची नजर आपल्याकडे हवी असते.

' देअर ईज अॅब्सेन्स ऑफ कार्बन मोनोक्साईड इन द ब्लड '

ह्या अक्षरांनीच सांगितले गुन्हेगार आणि खरा गुन्हेगार कोण आहे ते."

प्रश्नार्थक चेहऱ्यानेच इंस्पेक्टर वाघ संभाला म्हणाले,

" काही काय सांगताय संभा सर? कुठे काय अर्थ आहे त्या ओळीत?"

" खुप काही अर्थ आहे वाघ साहेब. मंदाकिनीच्या शरिरामध्ये कार्बन मोनोक्साईड हा वायु आढळुन आलेला नाही याचा अर्थ असा होतो की तिचा मृत्यु हा आग लागण्यापुर्वीच झालेला आहे. कारण जर तिचा मृत्यु आग लागल्यानंतर झाला असता तर जळाऊ घटकांमधुन निघालेला कार्बन मोनोक्साईड हा वायु तिच्या श्वाशोच्छ्वासाद्वारे फुस्फुतांत गेला असता आणि रिपोर्ट मधे त्याची नोंद झाली असती. यावरून लक्षात येते की तिचा मृत्यु गोळी लागुन नाही तर सायनाईड विषामुळे झाला आहे आणि खरा गुन्हेगार हा राठोड साहेबांचा मित्र स्वताला सायरिस्ट समजणारा केतन आहे."

" संभा तुम्ही जे सांगितले ते काही काळासाठी खरे आहे असे समजले जरी, तरी तुम्ही नुसते तुमच्या तर्कांच्या जोरावर मला आरोपी सिद्ध करू शकत नाही. ती दोन्ही रसायनांचा वापर मीच केलेला आहे या गोष्टीचा तुमच्याकडे काय ठोस पुरावा आहे?"

मिस्किलतेने हास्य करत केतनने विचारले.

" केतनराव संभा कधीच पुराव्याखेरीज कुणाला आरोपी म्हणुन घोषित करत नाही. तु हा प्रश्न विचारशील हे मला नक्कीच माहिती होते आणि ते पुरावे म्हणुन देखील लागणार होते म्हणुन सकाळीच आम्ही येथील रासायनिक प्रयोगशाळेतुन ज्या लोकांनी रसायने खरेदी केली त्या सर्वांची यादी घेतली होती. त्या यादित तुझे देखील नाव आहे. पाहिजे तर राठोड साहेबांकडुन ती यादी तु बघण्यासाठी घेवु शकतो."

तिघेही संभाचा एक ना एक शब्द लक्ष देवुन ऐकत होते. संभाच्या विलक्षण बुद्धीपुढे ते तिघेही नतमस्तक झाले होते. केतनचा आपल्या रसायन शास्त्रावर असलेला घमंड काही क्षणांत चक्काचुर होवुन गेला होता. तो एका दृष्टीने स्वताला हारलेला माणुस समजत होता तर एका बाजुने हरवणारा माणुस हा चालाख बुद्धीचा संभा आहे हे बघुन त्याला अभिमान वाटत होता. डोळ्यांत पाणी आणुन केतन घुडग्यांवरती मटकन खाली बसला आणि राठोड कडे बघुन बोलु लागला,

" संभाने सांगितलेला एक ना एक शब्द खरा आहे. मीच खरा खुनी आहे संज्या मीच आहे तो. आज पुन्हा एकदा हारला हा केत्या पुन्हा एकदा हरला. पहिल्यांदा प्रेमात आणि आज दोस्तीत. माफ कर संज्या मी दोस्तीच्या लायकच नव्हतो. कॉलेजच्या शेवटच्या दिवशी तु मला तुझे प्रेम मंदाकिनीला सांगण्यास सांगितले होते. परंतु तुझे तिच्यावर काहीच प्रेम नाही हे मी तिला पटवुन सांगितले. कारण जेव्हा तु मला ती दाखवली होती तेव्हाच मी तिच्या प्रेमात पडलो होतो संज्या. मला उठता बसता प्रत्येक सेकंदाला तिचाच भास होत होता . हे मी तुला कसे सांगणार होतो. कारण त्या आधी तुच मला सांगितले की तु तिच्यावर प्रेम करतो. त्या दिवशी मी तिला मनापासुन प्रपोज केला होता. परंतु तिने काहीच विचार न करता माझ्या कानशिलात लावली आणि पुन्हा माझे तोंड दाखवु नकोस सांगुन निघुन गेली रे ती संज्या. तेव्हाच मी ठरवले होते मी हा बदला घेणार म्हणजे घेणार. ती माझी नाही झाली तर दुसऱ्याची सुद्धा नाही होवु देणार. तेव्हापासुनच मी तिला संपविण्याचा प्लॅन करत होतो. तु फक्त ह्या खेळात एक मोहरा होता. तु जरी नसता ह्या मृत्युच्या खेळात तरी एक ना एक दिवस मी हा खेळ खेळणारच होतो संज्या. मी तर त्याच क्षणी मेलो होतो ज्या क्षणी मी तुझ्या हातात ते रोपटे मंदाकिनीला भेट देण्यासाठी दिले होते. फक्त शेवटची एक इच्छा होती की पॅरिसला राहणाऱ्या माझ्या आजीला एकदा भेटाव आणि तिच्या कुशीत निवांत अखेरचा श्वास घ्यावा. ह्यासाठी लवकर टिकिट मिळवण्याचा प्रयत्न करत होतो आणि आज दुपारीच ते मिळाले देखील होते. परंतु आता सर्व जीवन इथेच संपले. मला माफ कर संजय मी तुझ्या दोस्तीच्या पात्र नाही ठरू शकलो."

असे म्हणत त्याने खिशात हात घालुन एक गोळी काढली. इंस्पेक्टर राठोडांनी केतनचा हात धरण्यासाठी धाव घेतली परंतु फार उशीर झाला होता. तोपर्यंत त्याने ती सायनाईडची गोळी दाताने चावुन टाकली होती. काही सेकंदातच केतनचे प्राण पाखरू उडाले होते. संजय राठोडांना अश्रु अनावर झाले होते. ते केतनला हृदयाशी धरून घाय मोकलुन रडत होते. संभाने आणि इंस्पेक्टर वाघ यांनी इंस्पेक्टर राठोड यांचे सांत्वन करून त्यांना शांत केले.

वाघ साहेबांनी संभाच्या बुद्धीकौशल्याचे मनभरून कौतुक केले. इंस्पेक्टर राठोडांनी संभाचे आभार व्यक्त करून म्हणाले,

" चला संभा सर, तुम्हाला घरी सोडतो."

" संभाची साथ फक्त केस संपेपर्यंतच असते राठोड साहेब आणि या राधानगरी मध्ये फक्त कृष्णाचीच राधा नाही तर माझी पण राधा राहते. फार दिवस झाले तिला भेटलो नाही. आज वेळ मिळालाच आहे तर तिची भेट घेतल्या खेरीज माझ्या मनाला देखील बरे वाटणार नाही."

असे बोलुन एक छोटेसे स्मित करून संभा तेथुन चालता झाला. त्याची ती सफेद शर्ट घातलेली पाठमोरी आकृती त्याने नंतर वरून घातलेल्या काळ्या कोटने त्या गर्द अंधारात केव्हा लुप्त झाली हे कुणाला कळले देखील नाही.

संभाला गोड, सुमधुर बोलणारी ती राधा आठवु लागली होती. जसजसे राधेचे घर जवळ येत होते, तसे संभाच्या स्पंदनाची आणि तिच्या आठवणींची गती वाढु लागली होती. शेवटचा निरोप घेतांना अंगणात साद घालणारी ती राधा अजुनही संभाच्या हृदयपटलांवर उभी राहून मनाला क्षणा क्षणाला साद घालत तशीच उभी होती.

www.ingramcontent.com/pod-product-compliance
Lightning Source LLC
LaVergne TN
LVHW092359220825
819400LV00031B/449